ഭവാനിപ്പുഴ സാക്ഷി

bhavanipuzha sakshi
novel

•

elippakulam raveendran

•

first edition
february 2017

•

typesetting
star communications, thiruvananthapuram

•

published
chintha publishers, thiruvananthapuram

•

printed
akshara offset, thiruvananthapuram

•

cover
vishnuram

വിതരണം

ദേശാഭിമാനി ബുക്ക് ഹൗസ്

H O തിരുവനന്തപുരം–695 035
phone: 0471-2303026, 6063026
www.chinthapublishers.com
chinthapublishers@gmail.com

ബ്രാഞ്ചുകൾ

ഹെഡ്ഡാഫീസ് ബ്രാഞ്ച് കുന്നുകുഴി • സ്റ്റാച്യു തിരുവനന്തപുരം • കെ എസ് ആർ ടി സി ബസ് സ്റ്റേഷൻ ആലപ്പുഴ • കെ എസ് ആർ ടി സി ബസ് സ്റ്റേഷൻ എറണാകുളം • മച്ചിങ്ങൽ ലെയ്ൻ തൃശൂർ • ഐ ജി റോഡ് കോഴിക്കോട് • മാവൂർ റോഡ് കോഴിക്കോട് • എൻ ജി ഒ യൂണിയൻ ബിൽഡിങ് കണ്ണൂർ • സെൻട്രൽ ബസ് ടെർമിനൽ കോംപ്ലക്സ് താവക്കര കണ്ണൂർ

CO - 2486 / 4135
ISBN - 978-93-86364-59-3

ഭവാനിപ്പുഴ സാക്ഷി
(നോവൽ)

ഇലിപ്പക്കുളം രവീന്ദ്രൻ

ചിന്ത പബ്ലിഷേഴ്സ്
തിരുവനന്തപുരം-695 035

ഇലിപ്പക്കുളം രവീന്ദ്രൻ

മാവേലിക്കര താലൂക്കിൽ ഇലിപ്പക്കുളത്ത് ജനനം. പിതാവ് രവീന്ദ്രഭവനത്തിൽ ശങ്കരൻ. മാതാവ് ഗൗരി. സർക്കാർ സ്കൂളിൽ പ്ലസ്ടു അദ്ധ്യാപകനായിരുന്നു. *വൈകിവന്ന വണ്ടി, ഭൂമിയിൽ ഒരിടം, ലക്ഷ്മിയുടെ നിനവുകൾ, മഴ, അരുന്ധതി* (കഥാസമാഹാരങ്ങൾ), *ആബിത അറിയുന്നില്ല* (നോവലെറ്റ്) *എ പി കളയ്ക്കാട് – ജീവിതവും പോരാട്ടവും* (ജീവചരിത്രം) എന്നിവയാണ് കൃതികൾ.

അബുദാബി ശക്തി അവാർഡ് ലഭിച്ച കൃതിയാണ് *വൈകി വന്ന വണ്ടി.* 'മീസാൻ കല്ലുകൾ' എന്ന കഥയ്ക്ക് ചങ്ങമ്പുഴ സ്മാരക അവാർഡും 'ജലരേഖ' എന്ന കഥയ്ക്കു സംസ്ഥാന വിദ്യാഭ്യാസ ഇൻസ്റ്റിറ്റ്യൂട്ടിന്റെ അവാർഡും ലഭിച്ചു.

പുരോഗമന കലാസാഹിത്യ സംഘം സംസ്ഥാന കമ്മിറ്റിയംഗം സ്റ്റേറ്റ് ലൈബ്രറി കൗൺസിലംഗം എന്നീ നിലകളിൽ പ്രവർത്തിക്കുന്നു. കേരള പാണിനി എ ആർ രാജരാജവർമ്മ സ്മാരക (കേരള സർക്കാർ സാംസ്കാരിക വകുപ്പ്) സെക്രട്ടറിയായി പ്രവർത്തിച്ചിട്ടുണ്ട്.

ഭാര്യ : ഉഷാദേവി
മക്കൾ : ദീപു, അബു
വിലാസം : രവീന്ദ്രഭവനം
ഇലിപ്പക്കുളം പി ഒ
പിൻ – 690503
ഫോൺ : 0479 – 2338123
മൊബൈൽ : 9495347614

പ്രസാധകക്കുറിപ്പ്

ഭവാനിപ്പുഴയുടെ സുരക്ഷയിൽ ജീവിത വ്യഥയിലും തളരാതെ തകരാതെ ഒന്നിന് ഒന്ന് ഊന്നുവടിയായി പരസ്പരം തോൾചാരി പിടിച്ചുനിന്ന മാധവന്റെയും ദേവകിയുടെയും ദുരന്ത പര്യവസായിയായ കുടിയേറ്റ ജീവിതം. മണ്ണിന്റെയും മനുഷ്യന്റെയും മനുഷ്യത്വം നശിച്ചുപോയ മനുഷ്യാധമന്മാരുടെയും ജീവിതം വരച്ചുകാട്ടുന്ന ലഘു നോവലാണ് *ഭവാനിപ്പുഴ സാക്ഷി.*

പുസ്തകം തുറന്നാൽ വായിച്ചു തീരുംവരെ പിടിച്ചു നിർത്താൻ പോന്ന സർഗ്ഗശക്തിയുള്ള ഈ ലഘു നോവൽ ഞങ്ങൾ വായനയ്ക്കു തുറന്നുവയ്ക്കുന്നു.

ചിന്ത പബ്ലിഷേഴ്സ്

വിഷ്കംഭം

അഗ്നിയുടെ ദാഹം ശമിച്ചു. അന്തരീക്ഷത്തിൽ പുകയൂതി ആളിക്കത്തിയ തീ കെട്ടു. മണ്ണിന്റെ പുത്രനെ തിന്നുതീർത്ത സംതൃപ്തി. അമർന്നു കിടന്ന തീക്കനൽ മനസ്സിൽ നീറിപ്പുകഞ്ഞു. ഗതകാലസ്മൃതികൾ തിരമാലകളായി മനസ്സിൽ നിറഞ്ഞു.

സൂര്യൻ മലയിറങ്ങി താഴ്‌വരയിലേക്കാണ്ടു പോയി. സന്ധ്യയുടെ മുഖം കരുവാളിച്ചു. ചുരം കടന്നെത്തിയ ഇരുൾ കാടിനെ മൂടി.

ഭവാനിപ്പുഴയുടെ ചങ്കിടിപ്പിന് വേഗത കൂടി. ഈ പുഴയായിരുന്നല്ലോ അൻപതാണ്ടിന്റെ സഖി. പേടിപ്പെടുത്തിയും താരാട്ടുപാടിയും കൊഞ്ചിക്കുഴഞ്ഞും ചിലപ്പോഴൊക്കെ താക്കീതായും നിറഞ്ഞുനിന്ന പുഴ. ശാസനയും ലാളനയും ഒപ്പത്തിനൊപ്പംനിന്നു. ഒരു ജന്മത്തിന്റെ വ്യഥ മുഴുവൻ കഴുകിയെടുത്ത പുണ്യം. കാട്ടുമൃഗങ്ങളിൽനിന്ന് രക്ഷിക്കാൻ നാവ് വറ്റാതെ കാത്തിരുന്ന അമൃതം. ഒന്നും വ്യർത്ഥമായില്ല. ഒരിക്കൽ അങ്ങനെ തോന്നിയിരുന്നു. ആശയുടെ അവസാനപിടിവള്ളി നഷ്ടപ്പെട്ടപ്പോഴും തളരാതെ, പതറാതെ, വീഴാതെ പിടിച്ചുനിന്ന രണ്ട് ഹൃദയങ്ങൾ. ഒന്ന് ഒന്നിന് ഊന്നുവടിയായി. കൊതിതീരുവോളം ജീവിച്ചുവോ? സ്നേഹിച്ച മണ്ണ് കൈവിട്ടില്ല. ആലംബമില്ലാതായപ്പോൾ മണ്ണ് വാരിപ്പുണർന്നു. വിയർപ്പ് കണങ്ങൾ മണ്ണിന് നൈവേദ്യമായി.

പക്ഷേ, ഒന്നിപ്പോളറിയുന്നു. മനുഷ്യന്റെ ഏറ്റവും വലിയ ശത്രു മനുഷ്യൻ തന്നെയെന്ന്. മനുഷ്യൻ മൃഗമായി മാറിക്കൊണ്ടിരിക്കുന്നു... ഇരുകാലിമൃഗം.

ഈ നിമിഷത്തിലും ദേവകി കരഞ്ഞില്ല; നെഞ്ച് നീറിയെങ്കിലും മണ്ണിനെ പുണർന്ന് മകൾ മല്ലികയുടെ ചാരെ ഒരു പിടി ചാമ്പലായി തന്റെ തോഴൻ മാധവൻ കിടക്കുന്നു.

“ഈ മണ്ണാണ് നമുക്ക് ജീവിതം തന്നത്. ഈ കാടാണ് നമ്മുടെ സ്വപ്നങ്ങൾക്ക് ഇഴയിട്ടത്... ഞാനില്ലെങ്കിലും ഈ മണ്ണുണ്ട്. ഈ കാടുണ്ട് കുട്ടിന്... എങ്ങും പോകരുത്...” ചിതയിലെ കനൽ ഒരിക്കൽക്കൂടി തിളങ്ങി.

“ഇല്ല... ഇല്ല... ഞാനെവിടെപ്പോകാൻ... ഈ മണ്ണും മണ്ണോട് ചേർന്ന് അങ്ങും മകളും ഉള്ളപ്പോൾ...”

ദേവകി ഭിത്തിയിലേക്ക് അമർന്നിരുന്നു. മറിയ ഒരു സാന്ത്വനം പോലെ ദേവകിയുടെ ചുമലിൽ മുഖം ചേർത്തു. ഭവാനിപ്പുഴയുടെ ഓളങ്ങൾ അവർക്ക് താരാട്ടായി.

ഒന്ന്

അമ്മ ഏഴ് പ്രസവിച്ചു. അഞ്ച് പെണ്ണും രണ്ടാണും. മൂത്തത് രണ്ടും ആണ്. ഏഴാമത്തവളാണ് ദേവകി. വയറ്റാട്ടിയായിരുന്നു അമ്മ – പേറെടുക്കുന്നവൾ. അച്ഛന് സ്ഥിരം പണിയൊന്നുമില്ല. ഏതോ ഷാപ്പിൽ ഒഴിച്ചുകൊടുപ്പ്. കിട്ടുന്നത് അച്ഛന് തന്നെ തികയില്ല. പക്ഷേ, മക്കളെ അച്ഛന് ജീവനായിരുന്നു. വരുമ്പോൾ കൈയിൽ പരിപ്പുവടയോ കപ്പലണ്ടിയോ കാണും. കുട്ടികളെ അക്ഷരം പഠിപ്പിക്കണമെന്നൊന്നും അച്ഛന് ചിന്തയില്ല. വാകീറിയവൻ നോക്കിക്കൊള്ളും എന്നൊരു സമവായക്കാരൻ.

വ്യഥയെല്ലാം അമ്മയ്ക്കായിരുന്നു. പേറെടുക്കാനില്ലാത്ത ദിവസം അമ്മ പായനെയ്യും. തഴപ്പായ. ഒരു പായ നെയ്തുണ്ടാക്കാൻ അമ്മയ്ക്ക് രണ്ടു ദിവസം വേണം. പായനെയ്ത്തിൽ സഹായിക്കാൻ പെൺമക്കൾ അധികമായത് അമ്മയ്ക്ക് ഒരാശ്വാസമായിരുന്നു.

അക്കാലത്ത് ഗ്രാമത്തിലെ സ്ത്രീകളുടെ മുഖ്യതൊഴിൽ പായനെയ്ത്തായിരുന്നു. ഇന്നത്തെപ്പോലെ അന്ന് അതിർത്തി നിർണ്ണയിക്കുന്നത് കൂറ്റൻ മതിലുകളല്ല. കരിങ്കൽ ഭിത്തികളല്ല, മുള്ളുവേലിക്കെട്ടുകളല്ല.

കൈത... കൈത... പൂക്കൈത.

അതിർത്തി നിർണ്ണയിക്കുക മാത്രമല്ല, ഗ്രാമീണ ജീവിതത്തിന്റെ ജീവതാളമായിരുന്നു ഈ കൈതകൾ. ഗ്രാമത്തിലെ അമ്മമാരുടെ അന്നം. കൈതോല തഴയാക്കുന്നത് ഒരു കലയാണ്. മുള്ളുള്ള കൈതോല അറുത്ത് വീട്ടിലെത്തിച്ചാൽ പെൺമക്കളെല്ലാവരുംകൂടി മുള്ളു കളയും. തള്ളവിരലും ചൂണ്ടുവിരലും തമ്മിൽ നേർമ്മയുള്ള നൂൽകൊണ്ട് ബന്ധിച്ച് കൈതോലകളുടെ മുള്ളു പോന്തിക്കളയാൻ പരിശീലനം കൂടിയേ തീരൂ. ചെറിയ പിച്ചാത്തി മുന കൈവിരലുകൾക്കിടയിൽ തിരുകി മുള്ള് കളയാനും വേണം മിടുക്ക്. ആ ഓല പുഴുങ്ങി പുളികളഞ്ഞ് വെയിലത്തിട്ട്

ഉണക്കി വേണം പായ നെയ്തെടുക്കാൻ. തഴപ്പായ, ചിക്ക്പായ, തടുക്ക് അങ്ങനെ പലതരം പായകളുണ്ട്. വലിയ തഴ കീറാതെ നെയ്തുണ്ടാക്കുന്നതാണ് ചിക്ക്പായ. ഭക്ഷ്യവസ്തുക്കൾ ഉണക്കാനും മറ്റും ഇത് അത്യാവശ്യമായിരുന്നു. ഒരാൾക്ക് ഇരിക്കാൻ വേണ്ടിയാണ് തടുക്ക്. തഴപ്പായ മാത്രമല്ല കുട്ട, വട്ടി, പുട്ടല് തുടങ്ങിയവയൊക്കെ കൈതോലകൊണ്ട് മനോഹരമായി നിർമ്മിച്ചിരുന്നു. വയലേലകളിൽ പണിയെടുക്കുന്നവർ വെയിലും മഴയും ഏല്ക്കാതെ തലയിൽ കമഴ്ത്തുന്നതാണ് പുട്ടല്. ഇതെല്ലാം അമ്മ നെയ്യുമായിരുന്നു. സായാഹ്നങ്ങളിൽ ചന്തയിൽ പോകുന്ന അമ്മയുടെ കൈയിൽ കുട്ടയും വട്ടിയും പായയും ഉണ്ടാകും. പല ദേശങ്ങളിൽനിന്ന് ഇത് വാങ്ങാൻ കച്ചവടക്കാർ എത്തുമായിരുന്നു. വൃത്തിയും വെടിപ്പുമുള്ള അമ്മയുടെ പായയ്ക്ക് കച്ചവടക്കാർ അധികവില നല്കിയിരുന്നു.

പേറെടുക്കാൻ പോയാൽ ദിവസങ്ങൾ കഴിഞ്ഞാവും അമ്മയുടെ വരവ്. ഇന്ന് ഒരു ഡോക്ടർക്ക് കിട്ടുന്ന പരിഗണനയാണ് 'വയറ്റാട്ടി'ക്ക് അന്ന്. ഗ്രാമത്തിൽ അമ്മ 'കൈനീട്ടി' വാങ്ങിയ കുഞ്ഞുങ്ങൾ ധാരാളം. അവരിൽ ഡോക്ടറും എഞ്ചിനീയറും അദ്ധ്യാപകരും ഒക്കെയുണ്ടെന്ന് അമ്മ അഭിമാനം കൊള്ളും.

ആൺമക്കളെ അമ്മ അക്ഷരം പഠിക്കാനയച്ചു. ഇന്നത്തെപ്പോലെ സ്കൂളൊന്നും അന്നില്ല. കുടിപ്പള്ളിക്കൂടങ്ങൾ. പഠിപ്പിക്കാൻ ആശാനോ ആശാട്ടിയോ, വീടിനോട് ചേർന്ന് ചായിച്ചിറക്കിയ ഓല മേഞ്ഞ ഷെഡ്ഡുകളാണ് മിക്കപ്പോഴും വിദ്യാലയം. പൂഴിമണ്ണിൽ നിലത്തിരുന്ന് ആശാട്ടി കൈപിടിച്ച് മണ്ണിൽ എഴുതിക്കും. ഹരിശ്രീ ഗണപതയേനമഃ. അത് എത്രകാലം നീണ്ടുനില്ക്കുമെന്ന് പറയുക വയ്യ. പനയോലയിൽ നാരായം കൊണ്ട് അക്ഷരം എഴുതി ഒരു ചരടിൽക്കോർത്ത് ആശാട്ടി നല്കും. മിക്കവരുടെയും പഠനം കുടിപ്പള്ളിക്കൂടത്തിൽ അവസാനിക്കും. പുറത്തുപോയി കൂടുതൽ പഠിക്കാനുള്ള അവസരം സമ്പത്തുള്ളവർക്ക് മാത്രമായിരുന്നു.

പെൺകുട്ടികൾ അക്ഷരം പഠിക്കേണ്ടവരാണെന്നൊരു ചിന്ത അന്ന് സമൂഹത്തിൽ വിരളമായിരുന്നു. അത് ഒരു കുറവായി അന്നാരും കരുതിയില്ല.

കുടിപ്പള്ളിക്കൂടംകൊണ്ട് വിദ്യാഭ്യാസം നിലച്ച ആൺമക്കൾ പ്രായമായപ്പോൾ എവിടെയോ ചിതറിപ്പോയി. അവർ ഭാര്യമാരുടെ വീടുകളിൽ ചേക്കേറി. പെൺമക്കളെ ഓരോരുത്തരെയായി ഓരോരുത്തന്റെ കൈയിൽ ഏല്പിച്ചുകൊടുക്കാൻ അമ്മയ്ക്കായി. ഗ്രാമത്തിൽ ഒരു വയറ്റാട്ടിയോടുണ്ടായിരുന്ന സ്നേഹവും സഹാനുഭൂതിയും ഇക്കാര്യത്തിൽ അമ്മയെ തുണച്ചു. അങ്ങനെ ചേച്ചിമാരെല്ലാം ഓരോ വിധത്തിൽ കരകയറി.

ഇനി ഒന്നുണ്ട്... അതിനെക്കൂടി......

ദേവകിയെക്കുറിച്ചായി അമ്മയുടെ വേവലാതി.

രണ്ട്

മാധവനെ ആദ്യം കണ്ടത് ഇന്നലത്തെപ്പോലെ ഇപ്പോഴും ഓർക്കുന്നു. കിഴക്ക് വെള്ളകീറാൻ തുടങ്ങിയിരുന്നു. കിഴക്കെ ചരുവിൽ തെങ്ങിൻ തോപ്പുകൾക്കിടയിലൂടെ ഒളിഞ്ഞുനോക്കുന്ന സൂര്യൻ ഭൂമിക്ക് ഉടയാട നെയ്യുന്നു. വീടിന്റെ കിഴക്കുഭാഗം വയലാണ്. ഇരുപ്പുനിലം. കൊയ്ത്തുകഴിഞ്ഞാൽ എള്ള് വിതയ്ക്കും. എള്ള് വിളഞ്ഞ പാടത്തൂടെ താല്ക്കാലികമായി ഉണ്ടാകുന്ന വഴിച്ചാലുകൾ.

അച്ഛൻ എഴുന്നേറ്റ് വയലിലേക്കിറങ്ങിയത് മുറ്റമടിച്ചുകൊണ്ടു നിന്ന ദേവകി കണ്ടു. അച്ഛന് ഇത് പതിവുള്ളതാണ്. അച്ഛന് വെളുപ്പിനേ ചായ വേണം. കവലയിലെ തട്ടുകടയിൽ ചായ കിട്ടും.

അമ്മ എഴുന്നേറ്റിരുന്നില്ല. പേറെടുക്കാൻ പോയി വളരെ വൈകി യാണ് വന്നത്. ആരോ കൊണ്ടുവിടുകയായിരുന്നു. അവശത അമ്മയെ തളർത്തിയിട്ടുണ്ട്. ചേച്ചിമാർ പോയതോടെ അമ്മ പായ നെയ്ത്ത് നിർത്തി. പായയുടെ നിരയിൽ ഏറെനേരം കുത്തിയിരിക്കാൻ കഴിയില്ല. നടുവേ ദന കൂടപ്പിറപ്പായി. കാഴ്ചയും മങ്ങിത്തുടങ്ങിയിരുന്നു. പഴയതുപോലെ സഞ്ചരിക്കാൻ ആവില്ലെങ്കിലും ആരെങ്കിലും വന്നുവിളിച്ചാൽ പോകാതി രിക്കാൻ അമ്മയ്ക്കാവില്ല. ഒരു ജീവൻ രക്ഷിക്കാനുള്ള തിടുക്കത്തിൽ അമ്മ എല്ലാം മറക്കും. ഒരിടത്തും പണ്ടേപോലെ തങ്ങാറില്ല. വന്നുകിട ന്നാൽ ഉണരാൻ വൈകും.

ഈറൻ മഞ്ഞ്. നല്ല കുളിര്. വാഴക്കൈയിലിരുന്ന ഒരു കാക്ക ശബ്ദം ഉണ്ടാക്കി. അച്ഛൻ പാടം താണ്ടി കാഴ്ചയിൽനിന്ന് മറഞ്ഞപ്പോൾ വീണ്ടും ദേവകി തന്റെ ജോലിയിൽ ഏർപ്പെട്ടു.

"ആരൂല്യേ" എന്ന ശബ്ദം കേട്ടാണ് ദേവകി വീണ്ടും തലയുയർത്തി യത്. അച്ഛനിറങ്ങിപ്പോയ വഴിയിലൂടെ രണ്ടുപേർ കയറിവരുന്നു. ഒന്ന് ഒരു മദ്ധ്യവയസ്കനാണ്. പിറകിൽ ഒരു ചെറുപ്പക്കാരൻ. അപരിചിതത്വ ത്തിന്റെ സംഭ്രമം ചെറുപ്പക്കാരന്റെ മുഖത്തുണ്ട്. അമ്മയെ അന്വേഷിച്ച് വന്നവരാകും എന്ന് ഊഹിച്ചു. വയറ്റാട്ടിയെ അന്വേഷിച്ച് ഏത് നേരവും ആളെത്താം. രാത്രിയോ പകലോ മഞ്ഞോ മഴയോ എന്നൊന്നും നോക്കാ നില്ല.

അമ്മ ഇവിടില്ലേന്ന് മദ്ധ്യവയസ്കന്റെ ചോദ്യം. അകത്തുണ്ടെന്ന് മറു പടി.

"ദേവകിയാരാ..." അടുത്ത ചോദ്യം.

ഇപ്പോൾ അവൾ ഒന്ന് അന്ധാളിച്ചു. അമ്മയെ തേടിവരുന്നവർ ദേവ കിയെ തിരക്കേണ്ടല്ലോ. എന്താവാം ഇങ്ങനെ ഒരന്വേഷണത്തിന്റെ ഉദ്ദേ ശ്യം. പെട്ടെന്ന് ദേവകിക്ക് ഒരു സങ്കോചം അനുഭവപ്പെട്ടു. അതുവരെയു ണ്ടായിരുന്ന സ്ഥൈര്യം ചോർന്നതുപോലെ 'ദേവകി ഞാനാ..' എന്നോ

മറ്റോ തിടുക്കത്തിൽ പറഞ്ഞ് ചൂല് വരാന്തയിൽ ചാരി അകത്തേക്ക് കയറുമ്പോൾ ഒരിക്കൽക്കൂടി തിരിഞ്ഞുനോക്കാതിരിക്കാൻ ദേവകിക്ക് കഴിഞ്ഞില്ല.

ചെറുപ്പക്കാരന്റെ കണ്ണുകളിൽ തിളക്കം. അയാൾ ഒന്നു ചിരിക്കാൻ ശ്രമിച്ചുവോ? ദേവകി അമ്മയുടെ മുറിയിലേക്കാണ് നടന്നത്.

മൂന്ന്

പ്രതീക്ഷിച്ചിരുന്നതുപോലെയാണ് അമ്മ എഴുന്നേറ്റ് വന്നത്. അമ്മ അവളെ അടിമുടി നോക്കി "മുഖത്ത് വെള്ളമൊഴിക്കാൻ നേരമായില്ലെ" എന്ന് കുറ്റപ്പെടുത്തി. പരണത്ത്നിന്ന് രണ്ട് തടുക്കെടുത്ത് കുടഞ്ഞ് ഇറയത്തേക്കിട്ടു.

"വെയിലിന് മുമ്പ് ഇറങ്ങണം..." ഒരുതടുക്ക് നീക്കിയിട്ട് ഇരുന്നുകൊണ്ട് മദ്ധ്യവയസ്കൻ പറഞ്ഞു.

"ഇരിക്കെടോ..."

ചെറുപ്പക്കാരൻ മടിച്ചുമടിച്ചാണ് ഇരുന്നത്.

"എവിടെപ്പോയി."

അച്ഛനെക്കുറിച്ചാണ്.

"പുറത്തേക്കിറങ്ങിയതാണ്... ഇനി എപ്പോഴാണോ...?"

ഒരു പ്രതീക്ഷയില്ലാത്ത മട്ടിലായിരുന്നു അമ്മയുടെ മറുപടി.

"പറഞ്ഞില്ലേ..."

"ഓർമ്മിപ്പിച്ചിരുന്നു..."

"കുറച്ചുനേരം കാക്കാം.. മടങ്ങണം..."

അമ്മ അകത്തേക്കു വന്നു.

"ദേവകി ഇത്തിരി വെള്ളം വെക്ക്... തേയില തട്ടിലുണ്ട്."

അമ്മ പുറകുവശത്തുകൂടി തൊടിയിലിറങ്ങി അകലേക്ക് കണ്ണയച്ചു. അച്ഛൻ എവിടെയെങ്കിലും നില്പുണ്ടോ?

വെയിലിറങ്ങുന്ന പാടം. മേയുന്ന കന്നുകാലികളും പട്ടം പറത്തി വിയർക്കുന്ന കുറെ കുട്ടികളും അല്ലാതെ മറ്റൊന്നും അമ്മയ്ക്ക് കാണാനായില്ല.

'ഇങ്ങനെയുണ്ടോ ഒരു മനുഷ്യൻ... എത്ര പറഞ്ഞതാ. തലേവിധി... അല്ലാതെന്താ... വേദനകളെല്ലാം തിന്നുതീർക്കാനാണോ ദൈവം പെണ്ണിനെ സൃഷ്ടിച്ചത്...' അമ്മയുടെ നെഞ്ചാളി.

കറുത്ത കുറിയ ശരീരം. ചീകി ഒതുക്കാത്ത മുടി ചിതറിക്കിടന്നിരുന്നു. തീക്ഷ്ണമായ കണ്ണുകൾ. കുറ്റിമീശ. ഷേവ് ചെയ്തിരുന്നില്ല. വലിയ കണ്ണികളുള്ള ഷർട്ടായിരുന്നു വേഷം. ഷർട്ടിന്റെ ഒന്നോ രണ്ടോ ബട്ടൺ മാത്രമേ ഇട്ടിരുന്നുള്ളൂ. വിരിഞ്ഞ നെഞ്ചിലെ രോമക്കൂടുകൾ പുറത്തേക്കിറങ്ങിക്കിടന്നിരുന്നു. എന്തോ കുത്തി നിറച്ച മാതിരിയുണ്ട് ഷർട്ടിന്റെ പോക്കറ്റ്.

ജാലകപ്പഴുതിലൂടെ തടുക്കിൽ ഇരുന്ന ചെറുപ്പക്കാരനെ ദേവകി വേണ്ടവണ്ണം അളന്നു.

അച്ഛൻ അപ്പോഴേ അത് മറന്നിട്ടുണ്ടാകുമെന്ന് അമ്മയ്ക്കറിയാം.

“വരാൻ വൈകും.. മറന്നിട്ടുണ്ടാകും... ചേട്ടനറിയാത്തതൊന്നുമല്ല ല്ലോ. അവൾക്ക് സമ്മതമാണെങ്കിൽ നമുക്കങ്ങ് നടത്താം.. ഇത്തിരി പൊന്നും പൊട്ടും കാണും. എല്ലവർക്കുമായി വീതിച്ചു വരുമ്പോൾ നാലോ അഞ്ചോ സെന്റ്.” അമ്മ പറഞ്ഞു.

അപ്പോഴെല്ലാം അമ്മ ചെറുപ്പക്കാരനെ ശ്രദ്ധിക്കുകയായിരുന്നു. എന്താവാം അയാളുടെ മനസ്സിൽ?

“എല്ലാം ഞാൻ പറഞ്ഞിട്ടുണ്ട്. ചെറുപ്പത്തിലേ പോയതല്ലേ. നീല ഗിരിയിലാ... ദേവകിയെ അവനറിയാം.. ദേവകിയെ അവന് ഇഷ്ടമാണ്... താമസിക്കണ്ട.. വേഗം മടങ്ങണം.”

ദേവകി കൊണ്ടുവന്ന ചായ അവർ കുടിച്ചു.

“ദേവകി ഒന്നും പറഞ്ഞില്ല.”

ചായഗ്ലാസ് തിരികെ കൊടുക്കുമ്പോൾ മദ്ധ്യവയ്സകൻ ദേവകിയുടെ കണ്ണിൽ നോക്കി. ദേവകി ഒന്നും പറഞ്ഞില്ല.

അവൾ ഏറുകണ്ണിട്ട് ഒരിക്കൽക്കൂടി മാധവനെ കണ്ടു.

അവരുടെ കണ്ണുകൾ മൗനത്തിന്റെ ഭാഷയിൽ എന്തൊക്കെയോ മൊഴിഞ്ഞു.

“ഇവിടുത്താള് വരട്ടെ... നമുക്ക് തീരുമാനിക്കാം.” അമ്മ പറഞ്ഞു.

മാധവന്റെ മനസ്സിൽ അപ്പോൾ ഒരു ചിന്തയേ ഉണ്ടായിരുന്നുള്ളൂ.

‘ആരോഗ്യമുള്ള ശരീരം... തനിക്ക് വേണ്ടതും അതാണല്ലോ.’

അവർ നടവരമ്പിലേക്ക് കയറി വെയില്താണ്ടി മറയുവോളം ദേവ കിയും അമ്മയും നോക്കിനിന്നു.

നാല്

വീടിരിക്കുന്ന കുറച്ചുഭൂമിയായിരുന്നു ആകെ സ്വത്ത്. ആങ്ങളമാർ കുടുംബങ്ങളായി താമസിക്കുന്നു. പ്രാരാബ്ധങ്ങളുമായി ജീവിക്കുന്നു. ചേച്ചി മാരെ ഓരോരുത്തരുടെ കൈയിൽ പിടിച്ചേല്പിച്ചപ്പോഴേക്കും ഉള്ള ഭൂമി കടത്തിലായി. ബാങ്കുകൾ ഏതു നിമിഷവും അതിൽ പിടിമുറുക്കാം. അച്ഛന് ഇക്കാര്യങ്ങളിലൊന്നും തീരെ ഉൽക്കണ്ഠയില്ല. അമ്മയാണ് നീറി യത്. കാലം വേദനയും ദുഃഖവും അമ്മയ്ക്കായി നീക്കിവെച്ചു.

“മോളേ നിന്നെക്കൂടി പടിയിറക്കിയിട്ട് വേണം അമ്മയ്ക്കൊന്നു നടു നിവർത്താൻ. പിന്നെല്ലാം വിധിപോലെ.”

അമ്മ മക്കളെയെല്ലാം വിളിച്ചുകൂട്ടി. വെള്ളമില്ലാത്തിടത്ത് നീന്താനാ വുമോ? മാധവൻ ഒന്നും ആവശ്യപ്പെട്ടില്ലെങ്കിലും കുറച്ചു പണമില്ലാതെ വിവാഹം നടത്താനാവുമോ?

ഒടുവിൽ വീടിരിക്കുന്ന സ്ഥലമൊഴിച്ച് ബാക്കിയെല്ലാം വിറ്റു. ബാങ്കുകാരുടെ കടം വീട്ടി. ബാക്കിയുള്ളതുകൊണ്ട് ഒരുവിധം വിവാഹച്ചെലവുകൾ നിർവ്വഹിച്ചു.

ക്ഷേത്രത്തിലായിരുന്നു വിവാഹം. കുറച്ചു ബന്ധുക്കൾ മാത്രം. ഒരു ചരടിൽ കോർത്ത മിന്ന് മാധവൻ ദേവകിയുടെ കഴുത്തിൽ ഇട്ടു.

അതോർത്തപ്പോൾ ദേവകിയുടെ കൈകൾ അറിയാതെ കഴുത്തിലേക്ക് നീണ്ടു. ഇപ്പോഴും ആ മിന്ന് കഴുത്തിലുണ്ട്. പിന്നീടുണ്ടായ പ്രതിസന്ധി ഘട്ടങ്ങളിലെല്ലാം അത് ഊരേണ്ടി വന്നില്ല. അല്ലെങ്കിൽ അത് ഊരാൻ മാധവൻ സമ്മതിച്ചില്ല.

തഴപ്പായയിൽ ആദ്യരാത്രിയുടെ തിളപ്പിൽ അമർന്നുകിടക്കുമ്പോൾ മാധവൻ കാതിൽ മന്ത്രിച്ചു.

'നിനക്ക് ഞാനും എനിക്ക് നീയും. കാലം നമ്മെ കൈവിടില്ല.'

കണ്ണുകളിൽ തിളങ്ങിനിന്ന കണ്ണീർമുത്തുകളിൽ മാധവൻ ചുണ്ടുരുമ്മി.

നെഞ്ചിൽ അമർന്നിരുന്ന ഏതോ ഭാരം ഒഴിഞ്ഞതുപോലാണ് ദേവകിക്ക് ആ വാക്കുകൾ അനുഭവപ്പെട്ടത്. തളരുമ്പോൾ താങ്ങാൻ ഒരു ഊന്നുവടി. വേദന കഴുകിക്കളയാൻ ഒരു സാഗരം. കൂട് നഷ്ടപ്പെട്ട പക്ഷിക്കുഞ്ഞിന് ഒരു സുരക്ഷിത വലയം. മാധവന്റെ കരവലയത്തിൽ അമർന്നു കിടക്കുമ്പോൾ ദേവകിക്ക് മറ്റൊന്നും ആലോചിക്കാനുണ്ടായിരുന്നില്ല.

വിവാഹശേഷം ഒരാഴ്ചയേ നാട്ടിൽനിന്നുള്ളൂ. യാത്ര അയയ്ക്കാൻ എല്ലാവരും ഉണ്ടായിരുന്നു.

"എന്റെ കുഞ്ഞിന് ഒന്നും വരുത്തല്ലേ." അമ്മ ഇറുകെപ്പുണർന്ന് ഏറെ കരഞ്ഞു.

ഒരു രാവും പകലും യാത്ര. ട്രെയിൻയാത്ര ആദ്യമായിരുന്നു. വീട്ടിൽനിന്ന് റെയിൽവേസ്റ്റേഷനിലേക്ക് നാലഞ്ച് നാഴിക ദൂരമേയുള്ളൂ. ട്രെയിനിന്റെ ചൂളം വിളിയിൽ ഞെട്ടിയുണർന്ന എത്രയോ രാവുകൾ. അന്ന് എഞ്ചിന്റെ ഇന്ധനം കല്ക്കരിയാണ്. എഞ്ചിൻ വിസർജ്ജിക്കുന്ന പുകച്ചുരുളുകൾ ആകാശത്ത് കറുപ്പ്മാറാപ്പ് വിരിക്കുന്നത് എത്രയോ തവണ കണ്ടിരിക്കുന്നു. പക്ഷേ, ഒരിക്കൽപ്പോലും അതിലൊന്ന് കയറാൻ അവസരം ഉണ്ടായില്ല. പോകാനൊരിടം ഇല്ലാത്തവന് എന്ത് യാത്ര!

താഴ്ന്ന ക്ലാസിലുള്ള ബോഗികളുടെ തിരക്കിൽ മാധവനോടൊപ്പം. അമർന്നിരിക്കുമ്പോൾ സമ്മിശ്ര വികാരങ്ങളാൽ വീർപ്പുമുട്ടി. സംഭ്രമവും ഭയവും തികച്ചും അപരിചിത സ്ഥലത്തേക്കുള്ള യാത്ര... ഇനിയും പൂർണ്ണമായും അറിയാൻ കഴിഞ്ഞിട്ടില്ലാത്ത പുരുഷനോടൊപ്പം.

ഇളകിയ വണ്ടിക്കപ്പുറം അവ്യക്തമായിപ്പോകുന്ന മുഖങ്ങൾ. ആരൊക്കെയോ കൈകൾ വീശി. അകന്ന് അകന്ന് പോകുന്ന കമ്പാർട്ടുമെന്റിൽ നിറയുന്ന അമ്മയുടെ വിതുമ്പുന്ന മുഖം. ക്രമേണ അതും മാഞ്ഞു.

അമ്മേ... എന്റെ അമ്മേ ഈ മകൾ ജീവിക്കും.... അമ്മയുടെ മകൾക്ക് ഒന്നും സംഭവിക്കില്ല.

തെളിഞ്ഞ ആകാശം. മേഘങ്ങൾ ഒഴുകി ഒഴുകി മാറുന്നു. ആശംസകൾ നേർന്ന് അകന്ന് പോകുന്ന തെങ്ങോലകൾ. അരിവാൾ കാത്തു കിടക്കുന്ന കതിരണിഞ്ഞ പാടം. പറ്റംപറ്റമായി താണിറങ്ങുന്ന കുഞ്ഞാറ്റക്കിളികൾ. പാടവരമ്പത്ത് ആർത്തലച്ച് വിയർക്കുന്ന കുട്ടികൾ ട്രെയിനിന്റെ ചൂളംവിളികൾക്കൊപ്പം കൂവിയാർക്കുന്നു.

കമ്പാർട്ടുമെന്റിന്റെ ഓരം ചേർന്നിരുന്ന ദേവകിയെ മാധവൻ ബലമായി പിടിച്ചടുപ്പിച്ചു. പരിസരബോധം മറന്നവനെപ്പോലെ ആ കവിളുകൾ നെഞ്ചോട് ചേർത്ത് അണച്ചു.

"പേടിയുണ്ടോ മോളേ."

ദേവകി മാധവനെ ഇറുകെപ്പിടിച്ചു.

മനസ്സ് പറഞ്ഞു.

'ഇല്ല... ഇല്ല. അങ്ങുള്ളപ്പോൾ ഞാനെന്തിന് പേടിക്കണം....'

ദേവകി ആർദ്രതയുടെ ആത്മനിർവൃതിയിലേക്കാണ്ടുപോയി.

ട്രെയിനിന്റെ കിതപ്പ് അന്തരീക്ഷത്തിൽ അലിഞ്ഞലിഞ്ഞ്...

അഞ്ച്

അഞ്ചാം ക്ലാസിൽ പഠിപ്പ് അവസാനിച്ചു. ഇല്ലായ്മയിലൂടെ, വറുതിയിലൂടെ ഉടുതുണിക്ക് മറുതുണിയില്ലാതെ കടന്നുപോയ നാളുകൾ. നാല് വയസ്സുള്ളപ്പോൾ അച്ഛൻ മരിച്ചു. എങ്ങനെയൊക്കെയോ അമ്മ വളർത്തി. പാടത്തും പറമ്പിലും പണിക്കുപോകുമായിരുന്ന അമ്മ. ചേട്ടനുണ്ടായിരുന്നു. അമ്മാവന്മാരോടൊപ്പമായിരുന്നു. കെട്ടിട നിർമ്മാണ ജോലി. വല്ലപ്പോഴും വീട്ടിൽ വന്നെങ്കിലായി.

നാട് വിടാനൊന്നും ആഗ്രഹിച്ചിരുന്നില്ല. അങ്ങനെ ഒരു സംഭവം നടന്നില്ലായിരുന്നെങ്കിൽ അമ്മയുടെ കൺവെട്ടത്ത് നിന്ന് ഓടിപ്പോകുമോ എന്ന് സംശയമാണ്. മകന്റെ കുസൃതി അമ്മയ്ക്ക് വലിയ തലവേദനയായിരുന്നു. കൈയും കാലും അടങ്ങിയിരിക്കില്ല... കഴുവേറി.. മറ്റുള്ളവരെക്കൊണ്ട് തെറിപറയിക്കുക.. ദൈവമേ... വിശപ്പടക്കാൻ പെടുന്ന പാട് ചില്ലറയല്ല.. അതിന്റെ കൂടെ നാട്ടുകാരുടെ ശകാരവും അവഹേളനവും.. ചില നേരം ഭീഷണിയും... ഒരു ചെറുക്കൻ ഉള്ളതിന്റെ പേരിൽ..

ഓർക്കുമ്പോൾ അമ്മ പറയുന്നതിലും കഴമ്പുണ്ട്. വെറുതേയിരുന്നാൽ കൈയും കാലും കുരുകുരുക്കും. കണ്ണിമാങ്ങ എറിഞ്ഞെന്നുവരും..... പറങ്കിയണ്ടി തല്ലിക്കൊഴിച്ചെന്നുവരും. പറമ്പിൽ കെട്ടിയിരുന്ന അയലത്തുകാരുടെ മാടുകളെ അഴിച്ചുവിട്ടെന്നുവരും. മാടുകൾ ഓടിപ്പോയി വിളകൾ നശിപ്പിച്ചെന്നു വരും. ഒരിക്കൽ തലപ്പന്ത് കളിക്കുമ്പോൾ പന്ത്

കൊണ്ട് അയലത്തെ മേജറുടെ വീടിന്റെ ജനാലച്ചില്ലുകൾ പൊട്ടി. ഒന്നും അറിഞ്ഞുകൊണ്ടല്ലല്ലോ. ഒരു ദിവസം പാടത്ത് കുറ്റിയും കുറുഞ്ഞിയും കളിക്കുകയായിരുന്നു. അകലെ പട്ടം പറത്തിക്കളിക്കുന്ന ദാമോദരൻ ചെട്ടിയാരുടെ മകൾ അമ്മിണിയുടെ കണ്ണിൽ കൊള്ളാനൊന്നുമായിരുന്നില്ല. പക്ഷേ, സംഭവിച്ചത് അതാണ്. അമ്മിണിയുടെ ഇടത്തേ കണ്ണിൽ ചോര പൊടിഞ്ഞു. പോരേ പൂരം. അമ്മ ഭയന്ന് കരഞ്ഞ്... കരഞ്ഞ് അമ്മിണിയുടെ അച്ഛൻ കണ്ടാൽ തല്ലിക്കൊല്ലും. അമ്മ തലയിൽ കൈവെച്ച് പ്രാകി പ്രാകി തലതല്ലി ആർത്തു.

നല്ല ഇരുട്ട്, ഇരുളിൽ നിറയെ കഴുകക്കണ്ണുകൾ.

അമ്മിണിയുടെ അച്ഛനില്ലാത്ത ലോകത്തിലേക്ക്, അയാളുടെ കണ്ണെത്താ ദൂരത്തേക്ക് രക്ഷപ്പെടണം. അങ്ങനെയൊരു ചിന്തയേ അപ്പോൾ മനസ്സിലുള്ളൂ. ഓടി ഓടി തളർന്നു. മുമ്പെങ്ങും പോയിട്ടില്ല, കണ്ടിട്ടില്ല. എന്നാൽ റെയിൽവേ സ്റ്റേഷനിലേക്കുള്ള വഴിയെക്കുറിച്ച് ഒരേകദേശ ധാരണയുണ്ട്. ഒരുവിധം അവിടെ എത്തിപ്പെട്ടു. സമയം എന്തായി? അറിയില്ല. ചുറ്റിനും ഇരുളാണെന്ന് മാത്രമറിയാം. സ്റ്റേഷൻമാസ്റ്ററുടെ മുറിയിൽനിന്നും തെറിച്ചുവീഴുന്ന നേരിയ വെളിച്ചമൊഴിച്ചാൽ പ്ലാറ്റ്ഫോം ഇരുളിലാണ്. പാളിനോക്കി. സ്റ്റേഷൻമാസ്റ്റർ മേശമേൽ തലകുമ്പിട്ട് മയങ്ങുകയാണ്. നേരം എന്തായി? ട്രെയിൻ എപ്പോൾ വരും? നല്ല ക്ഷീണം. വിശപ്പും. പെട്ടെന്ന് അമ്മയെ ഓർമ്മവന്നു. ചേട്ടൻ ഒരിക്കൽപ്പോയി. ഇപ്പോൾ ഇളയവനും. അമ്മയ്ക്കിനി ആരുണ്ട്?

ഒരു നിമിഷം നെഞ്ച് പിടഞ്ഞു. അകലെ ഏതോ വണ്ടിയുടെ ചൂളംവിളി. മാസ്റ്റർ ഉണർന്നെന്നു തോന്നുന്നു. പുറത്തേക്കിറങ്ങാൻ തയ്യാറെടുക്കുന്നു. കണ്ടാൽ കുഴപ്പമാവും. ചോദ്യശരങ്ങൾ. എന്ത് ഉത്തരം പറയും. വടക്കേതിലെ കല്യാണിച്ചേച്ചി ട്രെയിനിന് മുന്നിൽച്ചാടിചത്ത കഥ അമ്മ പറഞ്ഞ് കേട്ടിട്ടുണ്ട്. ചെറുക്കൻ ചാകാൻ ഇറങ്ങിയിരിക്കുകയാണെന്ന് മാസ്റ്റർ ചിന്തിച്ചുപോയാൽ?

ഇരുളിലേക്ക് ഊളിയിട്ടു.

അപ്പോഴാണ് മറ്റൊരു രൂപം ശ്രദ്ധയിൽപ്പെട്ടത്.

ഇരുളിൽ സിമന്റ് ബെഞ്ചിൽ ആരോ ദേഹമാസകലം പുതച്ച് ചുരുണ്ടുകൂടി.

ആണോ പെണ്ണോ.... നിശ്ചയമില്ല.

അപ്പോഴേക്കും ട്രെയിൻ ഇരമ്പിക്കടന്നുപോയി. വണ്ടി അവിടെ നിർത്തുകയുണ്ടായില്ല. സ്റ്റേഷൻമാസ്റ്ററുടെ ഉദാസീനഭാവം അതു കൊണ്ടാവണം.

മാസ്റ്റർ പുറത്തേക്കിറങ്ങിയില്ല. വീണ്ടും പഴയപടി.

സിമന്റ് ബെഞ്ചിൽ ഓരം ചേർന്ന് ഇരുന്നു. ഭയം തേരട്ടയെപ്പോലെ കടിച്ചു കൂടുന്നു. എപ്പോഴോ മയക്കത്തിലേക്ക്.

ഏതോ ട്രെയിനിന്റെ ചൂളംവിളിയാണ് ഉണർത്തിയത്. പ്ലാറ്റ്ഫോം ഇപ്പോഴും ഇരുളിൽത്തന്നെ. ബഞ്ചിൽ കിടന്ന രൂപം ഇപ്പോഴവിടില്ല. അകലെ സ്റ്റേഷൻമാസ്റ്ററുടെ കൈയിലെ റാന്തലിൽ പച്ചവെളിച്ചം.

കിതച്ച് കിതച്ച് വണ്ടിനിന്നു. ഒന്നും ആലോചിച്ചില്ല. മുന്നിൽക്കണ്ട വാതിലിലൂടെ ഒറ്റക്കുതിപ്പ്. എവിടെയാണ്? എങ്ങോട്ടാണ്? ഒന്നും അറിയില്ല. കമ്പാർട്ട്മെന്റ് ശൂന്യം. സൈഡ് സീറ്റിൽ ഒരാൾ കൂനിക്കൂടി ഇരിപ്പുണ്ട്. നല്ല ഉറക്കത്തിലാണ്. യാചകനാണോ?

ഉറക്കം കണ്ണുകളെ തഴുകുന്നു. കിടന്നു. ട്രെയിൻ ചക്രങ്ങളുടെ ഉയരുന്ന ശബ്ദം കാതിൽ ഉറയുന്നു. ആദ്യം അനുഭവം.... ആദ്യയാത്ര. അമ്മേ മാപ്പ്.

ദേവകി എല്ലാം കേട്ടുകൊണ്ടിരുന്നു. അവളുടെ മുഖം കുറേക്കൂടി മാധവന്റെ നെഞ്ചിൽ അമർന്നു.

വണ്ടി ഇപ്പോൾ സാവധാനമാണ് നീങ്ങുന്നത്.

ഏതോ സ്റ്റേഷനോട് അടുക്കുകയാണ്. ആരൊക്കെയോ ഇറങ്ങാനുള്ള തയ്യാറെടുപ്പിലാണ്.

മാധവൻ എഴുന്നേറ്റു. ട്രങ്ക് പെട്ടി കൈയിൽ തൂക്കി, ദേവകിയെ ഇറങ്ങാൻ സഹായിച്ചു.

ആറ്

അക്ഷരാർത്ഥത്തിൽത്തന്നെ ദേവകി പേടിച്ചു. അകാരണമായ ഭീതി അവളുടെ സിരകളെ ത്രസിപ്പിച്ചു. കൊടും വനത്തിന്റെ ഏതോ ഭാഗത്താണ് എത്തിപ്പെട്ടിരിക്കുന്നത്. റെയിൽവേസ്റ്റേഷനിൽനിന്നുള്ള യാത്ര തന്നെ ദുഷ്കരമായിരുന്നു. മലമടക്കുകളിലൂടെ കേറിയും ഇറങ്ങിയും ബസ് നീങ്ങുമ്പോൾ ദൈവമേ ഏത് നരകത്തിലേക്കാണ് ഈ യാത്രയെന്ന് മനസ്സ് വിമ്മിട്ടപ്പെട്ടു. ബസിനകം നിറയെ ഒച്ചയും ബഹളവും. ചേല ചുറ്റിയ സ്ത്രീകളാണ് ഭൂരിപക്ഷവും. തമിഴ് കലർന്ന മലയാളത്തിലുള്ള സംസാരം. അവർ പറയുന്നതെന്നും ദേവകിക്ക് മനസ്സിലായില്ല. ഇവരാണ് ഈ കാടിന്റെ ദൈവങ്ങൾ എന്ന് മാധവൻ ദേവകിയുടെ ചെവിയിൽ പറഞ്ഞു. കണ്ണെത്താദൂരം നിബിഡവനങ്ങൾ. ആടിയുലയുന്ന ബസ് അഗാധമായ കൊക്കയിലേക്ക് ഏത് നേരവും കൂപ്പുകുത്താം എന്ന് ദേവകിക്ക് തോന്നി. മിക്കപ്പോഴും മാധവനെ അവൾ മുറുകെപ്പിടിച്ചു.

ഇപ്പോൾ ബസ് എവിടെയോ നിർത്തിയിട്ടിരിക്കുകയാണ്. ബസിലുള്ളവർ തല വെളിയിലേക്കിട്ട് ഏതോ കാഴ്ച ആസ്വദിക്കുകയാണ്. ബസിൽനിന്നും അധികദൂരത്തല്ലാതെ ആനക്കൂട്ടം.

ചെറുതും വലുതും. ഒരെണ്ണം റോഡിലാണ്.

അമ്മേ! എന്താണ് സംഭവിക്കാൻ പോകുന്നത്! കിടുകിടാ വിറച്ചു.

മാധവന്റെ ചുമലിലേക്ക് തലചായ്ച്ച് കണ്ണടച്ചു. എപ്പോഴാണ് ബസ്

വീണ്ടും ചലിച്ചുതുടങ്ങിയെന്നെറീല്യ. ആനക്കൂട്ടം ഒഴിഞ്ഞുപോയിരിക്കുമോ?

ബസ് ഇപ്പോൾ സമതലത്തിലൂടെയാണ് യാത്ര. മലമടക്കുകളിൽ അവിടെവിടെയായി ചെറിയ കുടിലുകൾ.

പുകമഞ്ഞ് കുടിലിനെ മൂടുകയും ഒഴിഞ്ഞു പോകുകയും ചെയ്യുന്നു.

ചില ഭാഗങ്ങളിൽ വാഴത്തോട്ടം. മറ്റൊരു ഭാഗത്ത് തെങ്ങുകളുടെ സമൃദ്ധി. മിന്നിമറയുന്ന ചലച്ചിത്രംപോലെ മൂടൽ മഞ്ഞിൽ ഊർന്നിറങ്ങുന്ന സൂര്യരശ്മികൾ.

പാറകളുടെ സംഗമം. കാലത്തിന്റെ കരവിരുത്. പ്രപഞ്ചശില്പി തീർത്ത അപൂർവ്വ ശില്പം.

പാറമടക്കുകൾ ചുരത്തുന്ന പാലഭിഷേകം.

താഴേക്ക്..... താഴേക്ക്.... കളകളാരവം.... പാടി തുള്ളിക്കളിച്ച് വീഴുമ്പോൾ ചിലങ്കയുടെ നാദനിർഝരി..

ബസ് വളരെ സാവധാനമാണ് നീങ്ങുന്നത്. ഡ്രൈവറുടെ കണ്ണും കാതും ഒരേ ബിന്ദുവിലാണ്. ഒരു നിമിഷം തെറ്റിയാൽ... ഇമ വെട്ടിയാൽ... ബാലൻസ് തെറ്റി കൊക്കയിലേക്ക്..

വീണ്ടും നിബിഡമായ വനത്തിലൂടെ....

ഉച്ചയ്ക്കും ഇരുൾ വീണ പ്രതീതി. ആകാശം ചുംബിക്കുന്ന വന്മരങ്ങൾ, മഞ്ഞിനെ ഗർഭംധരിച്ച താഴ്വര. വെയിലിന്റെ ഒളിച്ചുകളി....

പ്രകൃതി വരയുന്ന ഈ ദൃശ്യചാരുത ഏത് ഹൃദയത്തെയാണ് ഹരം കൊള്ളിക്കാത്തത്.

പക്ഷേ, ദേവകിയുടെ മനസ്സ് ഭീതിയുടെ നൂൽപ്പാലത്തിൽ ഊഞ്ഞാലുപോലെ ചലിച്ചുകൊണ്ടിരിക്കുന്നു.

ഏറെ ദൂരം ഓടിക്കിതച്ച് കൂണുപോലുള്ള ഒരു കടയുടെ മുന്നിൽ ബസ് സാവധാനം നിന്നപ്പോൾ ദേവകിക്ക് ശ്വാസം നേരെ വീണു. മാധവൻ ദേവകിയെ കൈപിടിച്ചിറക്കി. കാട് വെട്ടിത്തെളിച്ച് സമചതുരത്തിലുള്ള സ്ഥലം.

റോഡ് ഇവിടെ അവസാനിക്കുന്നു. ബസിന്റെ മടക്കയാത്ര ഇനി അടുത്തദിവസമേ ഉണ്ടാകൂ.

കുറച്ചു കടകൾ ചുറ്റിനുമുണ്ട്. ചെറിയ ചെറിയ വയ്ക്കോൽ മേഞ്ഞത്. ഉപ്പുതൊട്ട് കർപ്പൂരം വരെ ഇവിടെ കിട്ടും. പുറത്തുനിന്ന് വന്നവരാണ് കച്ചവടക്കാർ. ആർക്ക് എന്ത് വാങ്ങാനും കൊടുക്കാനും ഈ മുക്കാലിയിൽ എത്തണം.

മാധവനെ കണ്ടപ്പോൾ വൃദ്ധദമ്പതികൾ ഓടിയെത്തി. വൃദ്ധൻ വടിയിലാണ്. സ്ത്രീ മാറ് മറച്ചിട്ടില്ല. കുറച്ച് പളുങ്ക് മാലകൾ കഴുത്തിൽ തൂങ്ങിക്കിടക്കുന്നു.

“ആദിവാസികളാണ്” മാധവൻ പരിചയപ്പെടുത്തി.

"ഇന്ത പൊണ്ണ്..."

വൃദ്ധ സംശയത്തോടെ മാധവനെ നോക്കി.

"എൻ പൊണ്ടാട്ടി."

വൃദ്ധദമ്പതികൾ വെറ്റിലക്കറ പിടിച്ച മോണ മുഴുവൻപുറത്തു കാട്ടി ഉള്ളുതുറന്നു ചിരിച്ചു.

ദേവകി ചൂളി.

ആകെ ഒരന്ധാളിപ്പ്.

എവിടെയാണ് എത്തിപ്പെട്ടത്?

ചുറ്റിനും കാട്. പേടിപ്പെടുത്തുന്ന നിഗൂഢത ഉറയുന്ന താഴ്വരകൾ. മൃഗങ്ങളുടെ ആവാസ ഭൂമി.

കൂട്ടംകൂട്ടമായി എത്തുന്ന ഹിംസ്ര മൃഗങ്ങൾക്ക് ഭക്ഷണമാകാനാണോ വിധി!

'എന്റെ അമ്മേ...'

ദേവകിയുടെ മനസ്സ് നൊന്തു വിളിച്ചു. എന്റെ പരദൈവങ്ങളേ...

"നമ്മുടെ വീട്."

ദേവകി അറിയാതെ ചോദിച്ചുപോയി. ദേവകിയുടെ ആ ചോദ്യത്തിൽ അവളുടെ മനസ്സിന്റെ ഭീതി മുഴുവൻ ഒളിഞ്ഞിരിപ്പുണ്ടന്ന് മാധവൻ അറിഞ്ഞു.

"വീടോ... ഈ കാട്ടില്.."

മാധവൻ ദേവകിയുടെ മുഖത്തേക്കു നോക്കി.

അവളുടെ കണ്ണുകളിലെ ഭീതി ഒരുനിമിഷം അയാളെ വല്ലാതെ മഥിച്ചു.

"കുറച്ചു നടക്കണം."

അയാൾ ദേവകിയുടെ കൈപിടിച്ച് നടന്നു.

ഒറ്റയടിപ്പാത. ദേവകി മാധവന്റെ ചൂട് പറ്റി നടന്നു. മുൻപ് ആരോ ഇത് വഴി നടന്നിട്ടുണ്ടന്നതൊഴിച്ചാൽ വഴി ദുർഘടം. കാട്ടുവള്ളികൾ വകഞ്ഞുമാറ്റി കരിയില മൂടിയ ഒറ്റയടിപ്പാതയിലൂടെ മാധവന്റെ ചുമലിൽ മുഖം ഉരുമ്മി നടക്കുമ്പോൾ തന്റെ വീടിന്റെ നന്മയിലേക്ക് ഓടിപ്പോവാൻ ദേവകിയുടെ മനസ്സ് ഒരുനിമിഷം കൊതിച്ചു.

വനത്തിലൂടെയുള്ള ആ യാത്ര എത്രസമയമെടുത്തു എന്നൊന്നും അറിയില്ല. ഏഴെട്ട് നാഴികയെങ്കിലും നടന്നിരിക്കണം. എത്തിയത് ഒരു മലയുടെ ഉച്ചിയിലാണ്.

മുളകൊണ്ട് കെട്ടിയുണ്ടാക്കിയ ഒരു ഷെഡ്ഡ്. രണ്ട് ഭാഗമുണ്ട്. ഒരു ഭാഗം പനയോലവച്ച് മറച്ചിരിക്കുന്നു. മുളന്തണ്ടുകൊണ്ട് ഉണ്ടാക്കിയ വാതിൽ.

അകത്ത് ഒരുഭാഗത്ത് പലകനിരത്തിയ കിടക്കപോലൊന്ന്.

ഒരു മൂലയിൽ കുറേ പാത്രങ്ങൾ ഒതുക്കി വച്ചിട്ടുണ്ട്.

നേരം ഇരുട്ടിയിരുന്നു. ജീവൻ ചോർന്നു പോയതുപോലെ ദേവകിക്ക് അനുഭവപ്പെട്ടു. അവൾ കിടക്കയിൽ ശരീരം താങ്ങി.

മാധവൻ ഒരു റാന്തൽ തപ്പിയെടുത്ത് തീ പൂട്ടി ഷെഡ്ഡിന് പുറത്ത് കഴുക്കോലിൽ തൂക്കി. ദേവകി അകലേക്ക് കണ്ണയച്ചു. അനന്തമായ ഇരുള്. ഇരുളിൽ അവിടവിടെ തെളിയുന്ന മിന്നാമിനുങ്ങിൻ വെളിച്ചം. ഒരെത്തും പിടിയും കിട്ടുന്നില്ല. ഈ കാട്ടിൽ വേറെ വീടുകളുണ്ടോ? മനുഷ്യരുണ്ടോ? അവർ കൊളുത്തിയ ദീപങ്ങളാണോ മിന്നാമിനുങ്ങിൻ വെളിച്ചം?

കൊമ്പുകുത്തികളിക്കുന്ന ഇരുളിന്റെ ആനക്കൂട്ടങ്ങൾ. എവിടെയാണൊരുവഴി? ഈ ഇരുളിൽ ഒന്ന് നിലവിളിച്ചാൽപ്പോലും ആരും കേൾക്കില്ല. ദൈവമേ ഞാൻ എവിടെയാണ് എത്തിപ്പെട്ടത്.

ദേവകിയുടെ സംഭീതമായ മുഖം മാധവനെ അത്ഭുതപ്പെടുത്തിയില്ല. ആദ്യമായി ഇവിടെ വരുമ്പോൾ താൻ അനുഭവിച്ച അതേ വികാരം. തനിക്ക് അത് മനസ്സിലാകും.

“ദേവകി... നമുക്കൊന്നും സംഭവിക്കില്ല. ഈ വനത്തിൽ മൃഗങ്ങളും പക്ഷികളും നീരുറവയും മനുഷ്യരുമുണ്ട് നമുക്ക് കൂട്ടായി.”

മാധവൻ ദേവകിയെ ആശ്വസിപ്പിച്ചു.

മാധവൻ മൺപാത്രവുമായി ഇരുളിനെക്കീറി താഴേക്കിറങ്ങി. അടിവാരത്തിലൂടെ നീന്തിവരുന്ന അരുവിയിൽനിന്ന് ജലം നിറച്ചു. മുഖത്ത് വെള്ളം തളിച്ച് ക്ഷീണമകറ്റി.

മാധവൻ അടുപ്പിൽ തീപൂട്ടി ചോറുണ്ടാക്കി. പുഴുക്കുണ്ടാക്കി. മുളക് ഉടച്ചു. അവർ അടുത്തടുത്തിരുന്ന് വിശപ്പ് അകറ്റി.

പനമ്പ് എടുത്ത് വാതിൽ ചാരി. അല്പം ഉയർത്തിക്കെട്ടിയ പലക നിരത്തിയ തട്ടുപടിയിൽ ഇരുന്ന ദേവകിയെ റാന്തലിന്റെ അരണ്ട വെളിച്ചത്തിൽ മാധവൻ കൺനിറയെ കണ്ടു. അയാളുടെ സിരകളിൽ അഗ്നി പടർന്നു. അയാളുടെ വിരിഞ്ഞ മാറിലെ സമൃദ്ധമായ രോമക്കൂടുകളിൽ മുഖം ആഴ്ത്തി. ദേവകി ആർദ്രയായി.

രണ്ട് സാഗരങ്ങളുടെ സംഗമത്തിന് സാക്ഷിയായി കാട് വീർപ്പടക്കി നിന്നു. ഇപ്പോൾ ആ യുവമിഥുനങ്ങളുടെ മനസ്സിൽ കാടില്ല. കാട്ടാറില്ല. ഹിംസ്രജന്തുക്കളില്ല.

അണപൊട്ടിയൊഴുകിയ പ്രവാഹം.

കുതിപ്പും കിതപ്പും.

ഏഴ്

ഈ വനത്തിലെത്തിയിട്ട് ഏഴ് വർഷം. ഇവിടെ മൃഗങ്ങൾ മാത്രമല്ല, മനുഷ്യരുണ്ട്, ജീവിക്കാനുള്ള കൊതിയുമായെത്തിയ മനുഷ്യർ. നാട്ടിൽനിന്ന് ഇവിടേക്ക് പോന്നതല്ല. ട്രെയിൻയാത്ര എത്തിച്ചത് കോയമ്പത്തൂരിൽ. വയസ്സ് പത്തോ പതിനൊന്നോ. കോയമ്പത്തൂരിൽ ഇറങ്ങാൻ വേണ്ടി ടിക്കറ്റ് എടുത്തതല്ല. ട്രെയിൻയാത്ര ഇവിടെ എത്തിച്ചുവെന്ന് പറഞ്ഞാൽ മതി. കണ്ണ് നഷ്ടപ്പെട്ട അമ്മിണിയുടെ അച്ഛനെയും അമ്മയെയും

നേരിടാൻ വയ്യ. നാട്ടുകാർ എറിഞ്ഞു കൊല്ലും മുമ്പേ രക്ഷപ്പെടണം. ആർക്കും വേണ്ടാത്ത ഒരു കുട്ടിയുടെ പലായനം. അമ്മയുടെ 'ആധി'ക്ക് ഒരവസാനം.

ഒരു നട്ടുച്ചയ്ക്കാണ് വണ്ടി കോയമ്പത്തൂർ സ്റ്റേഷനിൽ എത്തുന്നത്. ഉറക്കം കണ്ണുകളിൽ അടഞ്ഞുകിടക്കുന്നു. ക്ഷീണവും തളർച്ചയും. രണ്ട് ദിവസമായി എന്തെങ്കിലും കഴിച്ചിട്ട്. ആദ്യം കണ്ട ചായക്കടയിലേക്ക് കയറി. കൈയിൽ കാശില്ലാതെ എന്തിന് കയറിയയെന്നറിയില്ല. ഒരുപക്ഷേ, സഹിക്കാനാകാത്ത വിശപ്പാകാം. വയറു കാളുന്നു. തലചുറ്റുന്നു. കൗണ്ടറിൽ ഇരുന്ന സ്ത്രീയുടെ മുഖത്ത് ദയനീയമായി നോക്കി. അവർ ആരോടോ സംസാരിക്കുകയാണ്.

മലയാളിയാണെന്ന് മനസ്സിലായി. പകുതി ജീവൻ കിട്ടിയപോലെ തന്റെ നോട്ടത്തിൽകണ്ട യാചനാഭാവം ആ സ്ത്രീയെ അസ്വസ്ഥയാക്കിയെന്ന് തോന്നുന്നു.

"എന്താ കുട്ടീ.." എന്ന ചോദ്യം മൃതസഞ്ജീവനിപോലെയാണ് അനുഭവപ്പെട്ടത്.

ഭക്ഷണം തന്നു. വിശപ്പടങ്ങിയപ്പോൾ കാര്യങ്ങളെല്ലാം വിവരിച്ചു.

അങ്ങനെ ഹോട്ടലിൽ ജോലി. ആദ്യം ക്ലീനിങ്ങായിരുന്നു. എച്ചിൽപ്പാത്രം കഴുകുക, മേശ തുടയ്ക്കുക.

രാവിലെ ആറുമണിക്ക് തുടങ്ങുന്നത് രാത്രി പന്ത്രണ്ട് മണിക്കാണ് അവസാനിക്കുന്നത്. തന്നെപ്പോലെതന്നെ വേറെയും കുട്ടികളുണ്ട്. രാത്രി സ്റ്റോർ റൂമിൽ ഉറക്കം. ഏഴെട്ട് മാസം അങ്ങനെ പോയി.

ഒരുദിവസം കുറച്ച് പ്ലേറ്റുകൾ അബദ്ധത്തിൽ നിലത്തുവീണ് ചിതറി.

മാനേജർ കവിളത്ത് ആഞ്ഞടിച്ചു. കഴുത്തിന് പിടിച്ച് പുറത്താക്കി.

മാധവന്റെ സാഹസിക ജീവിതത്തിന്റെ ഓർമ്മപ്പെടുത്തലുകൾ ഒരു അമാനുഷമനുഷ്യന്റെ ദിവ്യപ്രബോധനം പോലെയാണ് അയാളുടെ കരവലയത്തിൽ അമർന്നുകിടന്നുകൊണ്ട് ദേവകി കേട്ടത്.

ഉറക്കം കണ്ണുകളെ പൊതിയുവോളം അത് തുടരും.

വനത്തിലെ ആദ്യരാത്രിയാണ് വിടപറഞ്ഞ് പോയത്.

നേരം വെളുത്ത് സൂര്യൻ എത്തിനോക്കിയിട്ടും അവർ എഴുന്നേറ്റില്ല. കുറച്ചുനേരം കൂടി അവർ ആലിംഗനബദ്ധരായി കിടന്നു.

വനത്തിന് നടുവിൽ രണ്ടാത്മാക്കൾ. ചുറ്റും നിബിഡമായ വനരാജി.

ഷെഡ്ഡിന് പുറത്തിറങ്ങിയ ദേവകിക്ക് തലേന്ന് നടന്നുകയറിയ വഴി കണ്ടെത്താനായില്ല. മാധവൻ വിറക് കൂട്ടി അടുപ്പിൽ കട്ടൻചായ തിളപ്പിച്ച് രണ്ട് കപ്പിൽ പകർന്നു.

മാധവൻ ഏതോ പണിയായുധം എടുത്ത് തോളിൽ ഇട്ടു.

"കന്നാസിൽ വെള്ളമുണ്ട്... വട്ടിയിൽ അരിയുണ്ടാകും. ഞാനിപ്പോഴെത്താം."

അത്രയും പറഞ്ഞ് അനുവാദം കാക്കാതെ മാധവൻ താഴേക്കിറങ്ങി

പ്പോകുന്നത് ഭീതിയോടെ നോക്കി നില്ക്കാനേ ദേവകിക്കായുള്ളൂ. കണ്ണുകൾ മാധവനെ അനുധാവനം ചെയ്തെങ്കിലും അത് ഏറെനേരം നീണ്ടുനിന്നില്ല.

മാധവൻ ഏതോ ഗുഹയിലേക്കിറങ്ങിപ്പോയി.

എട്ട്

കിഴക്ക് ഉദിച്ചത് പുതിയ സൂര്യനായിരുന്നു. മഞ്ഞിലൂടെ ഊർന്നിറങ്ങുന്ന തങ്കക്കതിരുകൾ. മഞ്ഞിന്റെ ഉടയാട അഴിച്ചുമാറ്റി പുളകച്ചാർത്തണിയുന്ന വനനിരകൾ.

ശുഭ്രമേഘങ്ങളും മഞ്ഞും ഉമ്മവെക്കുന്ന താഴ്വരകൾ.

പാറകളിൽ മുഖം ഉരുമ്മി പൊന്നിൻ കസവിട്ട ജലനിർഝരി താഴ്വരയിൽ പൊട്ടിച്ചിരിക്കുന്നു.

വീടിന് മുന്നിൽനിന്നുള്ള കാഴ്ച ദേവകിയുടെ കഴിഞ്ഞ രാത്രിയിലെ എല്ലാ ആലസ്യവും തോർത്തിയെടുത്തു. ആ മലയുടെ ഏറ്റവും ഉയരത്തിലാണ് അവൾ ഇപ്പോൾ നില്ക്കുന്നത്.

അകലെ മറ്റൊരു മലയുടെ ഉച്ചിയിൽ മറ്റൊരു വീട് അവ്യക്തമായിക്കാണാം. മലയടിവാരത്തിലൂടെ പൊട്ടുപോലെ നടന്നുനീങ്ങുന്ന മനുഷ്യരൂപങ്ങൾ ദേവകിയുടെ മനസ്സിന് ആശ്വാസം നല്കി. ഒറ്റയ്ക്കല്ലെന്നൊരു തോന്നൽ.

“നമുക്കിനി ആഗ്രഹിക്കാനും പ്രതീക്ഷിക്കാനും ഉള്ളത് ഈ മണ്ണാണ്.... ഈ ശരീരവും അതിനുള്ളിൽ ഈ മനസ്സും ഉള്ളിടത്തോളം കാലം നീ സുരക്ഷിതമായിരിക്കും ദേവകി.”

മാധവൻ കൈക്കോട്ടു തോളിലേറ്റി ഇറങ്ങിപ്പോയ വഴിയിലേക്ക് ദേവകി കണ്ണുകൾ പായിച്ചു.

ഒന്നും വ്യക്തമാവുന്നില്ല. വളർന്ന് പന്തലിച്ച വൃക്ഷത്തലപ്പുകൾ കാറ്റിൽ ഊഞ്ഞാലാടുന്നത് ഒഴിച്ചാൽ കുറെ പക്ഷികൾ കൂട്ടംകൂട്ടമായി പറന്നുയർന്ന് ആകാശത്ത് പൂക്കളം നെയ്യുന്നു.

വനത്തിന്റെ ചേതോഹര കാഴ്ചകൾ ആഹ്ലാദിപ്പിക്കുമ്പോഴും മനസ്സിൽനിന്ന് ആശങ്കവിട്ടൊഴിയുന്നില്ല. വെയിലിന് ചൂട് ഏറുന്നു. മാധവനെ ഇനിയും കാണാനില്ല. പെട്ടെന്ന് നേരിയ ഭയം അവളെ കീഴടക്കി.

വനത്തിൽ എവിടെയോ ഒരാനയുടെ ചിന്നംവിളി കേൾക്കുന്നില്ലേ?

സംഭീതമായ മാനസികാവസ്ഥയോടെ മാധവൻ ഇറങ്ങിപ്പോയ ഭാഗത്തേക്ക് ദേവകി ദൃഷ്ടികളൂന്നി.

ഇലകൾക്കിടയിൽ ആളനക്കം വളരെ അടുത്തെത്തിയപ്പോഴാണ് അത് മാധവനല്ലെന്ന് അറിയാനായത്.

മുക്കാലിയിൽ കണ്ട വൃദ്ധ. അവരുടെ മുറുക്കാൻ കറ പിടിച്ച മോണ കാട്ടിയുള്ള ചിരി.

"പുതിയ പൊണ്ടാട്ടിക്ക് മ്മടെ സ്ഥലം പിടിച്ചാ...."

വൃദ്ധ ദേവകിയെ അടിമുടി പരിശോധിച്ചു.

ദേവകിക്ക് നാണം വന്നു.

"നാൻ കുഞ്ചിയമ്മ... അന്ത ഊരില് താമസം..."

വൃദ്ധ കൈചൂണ്ടിയ ദിക്കിലേക്ക് ദേവകി നോക്കി.

വൃദ്ധ ഒരു പൊതി ദേവകിയെ ഏല്പിച്ചു. ഏതോ കാട്ടിലയിൽ പൊതിഞ്ഞതാണ്.

"ഉണ്ണിയപ്പം താൻ" അത്രയും പറഞ്ഞ് വൃദ്ധ താഴേക്ക് കൈചൂണ്ടി.

"ഓൻ വരുന്നുണ്ട്....."

സത്യത്തിൽ അപ്പോഴാണ് ദേവകിക്ക് ആത്മബലം വീണ്ടുകിട്ടിയത്.

മാധവൻ കാട്ടുചെടികൾ വകഞ്ഞുമാറ്റി മല കയറുകയാണ്. തോളിൽ കൈക്കോട്ട്. കൈയിൽ പിഴുതെടുത്ത മരിച്ചീനി. ശരീരം വിയർപ്പിൽ കുളിച്ചിരുന്നു.

കുഞ്ചിയമ്മയെ കണ്ടതും മാധവന്റെ കണ്ണുകൾ വികസിച്ചു.

"ഓൻ പൊണ്ടാട്ടി റൊമ്പ സുന്ദരിയാ.." കുഞ്ചിയമ്മ കണ്ണിറുക്കി ചിരിച്ചു.

"ദേവകി പുള വേവിക്ക്..." മാധവൻ പുള തൊലികളഞ്ഞ് ദേവകിയെ ഏല്പിച്ചു.

പുളയും കടുംകാപ്പിയും മൂവരും തിന്നു.

കുഞ്ചിയമ്മ താഴ്വരയിലേക്ക് ഇറങ്ങുന്നത് അത്ഭുതത്തോടെ ദേവകി നോക്കിനിന്നു.

മാധവൻ കോലായിൽ നീണ്ടുനിവർന്നുകിടന്നു. നെഞ്ചിൽ തല ചായ്ച്ച് ദേവകി.

താരാട്ടിന്റെ ഈണംപോലെ കാടിനെ തഴുകിവന്ന മന്ദമാരുതൻ ആ യുവമിഥുനങ്ങളെ പുണർന്നു.

ഒൻപത്

അലച്ചിലായിരുന്നു. ഒരിടത്തും സ്വസ്ഥതകിട്ടിയില്ല. ഒരു വയറിന് ഇത്രയും ഭാരമോ എന്ന് തോന്നിച്ച നിമിഷങ്ങൾ. നഗരത്തിൽ ചുമടെടുത്തും അന്തിക്ക് കാണുന്നിടം കിടക്കയാക്കിയും ജീവിക്കുമ്പോഴാണ് ഹാജി മുഹമ്മദ് സേട്ടുവിനെ കണ്ടെത്തിയത്. സേട്ടുവിനെ കണ്ടെത്തി എന്നു പറയുന്നതിനേക്കാൾ നല്ലത് സേട്ടു തന്നെ കണ്ടെത്തിയെന്ന് പറയുകയാവും. ശരി. കൂട്ടംകൂടി നിന്ന തെരുവ് പിള്ളാരുടെ ഇടയിൽനിന്ന് സേട്ടു വിളിക്കുകയായിരുന്നു. അടുത്തേക്ക് വന്ന സേട്ടു അടിമുടി ഉഴിഞ്ഞു. ചുമലിൽ തട്ടി. കവിളത്ത് നുള്ളി. പെട്ടി പ്ലാറ്റ്ഫോമിൽ ഇറക്കിവെച്ച് നിവരുമ്പോഴാണ് സേട്ടുവിന്റെ ചോദ്യം.

"വരുന്നോ എന്റെ കൂടെ....."

"എവിടേക്ക്.."

"നീലഗിരി.. എനിക്കവിടെ കുറേ തോട്ടങ്ങളുണ്ട്....."

"വന്നാൽ..."

"തോട്ടം നോക്കി അവിടെ കഴിയാം."

ഏറെ ആലോചിക്കാനൊന്നുമില്ല. അനുവാദം ചോദിക്കാൻ ആരുമില്ല. പക്ഷേ, ഒരാളോട് പറയാതെ പോകാൻ വയ്യ. മൊയ്തീനോട്.

മൊയ്തീനും മൊയ്തീന്റെ പെട്ടിക്കടയും ഇല്ലായിരുന്നെങ്കിൽ എന്നേ ജീവിതം നിലച്ചുപോകുമായിരുന്നു. ഒരു തരത്തിൽ പറഞ്ഞാൽ ജീവൻ നഷ്ടപ്പെടാതിരിക്കാൻ കാരണവും മൊയ്തീനാണ്.

ഉൾക്കിടിലത്തോടെയേ ആ സംഭവം ഇപ്പോഴും ഓർക്കാനാവുന്നുള്ളൂ.

നഗരത്തിൽ ചേക്കേറിയ ദിവസം മൊയ്തീൻ കണ്ടില്ലായിരുന്നെങ്കിൽ ഏതോ അധോലോക സംഘത്തിൽ പെടുമായിരുന്നു.

അന്ന് പട്ടണത്തിൽ എത്തുമ്പോൾ പാതിരാത്രി. അപരിചിതമായ നഗരം. ഏത് വഴി? എങ്ങോട്ട്?

സ്റ്റേഷന് പുറത്തിറങ്ങി ലക്ഷ്യമില്ലാതെ നടന്നു. നിയോൺ ബൾബുകളുടെ വെളിച്ചത്തിൽ കുളിച്ചുകിടക്കുന്ന നിരത്ത്.

എത്രദൂരം നടന്നെന്നറീല്ല. ആദ്യം രണ്ടുപേരായിരുന്നു. പതുക്കെ നടന്ന് വന്ന് പൊതിഞ്ഞു. ക്രമേണ എണ്ണംകൂടി. നരിയുടെ മടിയിൽ മുയൽക്കണക്കെ കിടുകിടാ വിറച്ചു. അവർ മദ്യലഹരിയിലായിരുന്നു. ചിലർക്ക് അടിവസ്ത്രം മാത്രം. എങ്ങനെയോ കൂട്ടത്തിൽനിന്ന് കുതറി ഓടി.

ഓടി ഓടി എത്തിയത് മൊയ്തീന്റെ പെട്ടിക്കടയിൽ.

നിരത്തിന്റെ പിന്നാമ്പുറത്ത് ഒരു മെഴുകുതിരിയുടെ വെളിച്ചവുമായി ഉറക്കംതൂങ്ങിയാടുന്ന കണ്ണുകളുമായി പെട്ടിക്കട തുറന്നു വച്ചിരിക്കുന്ന മൊയ്തീൻ ഞെട്ടിയുണർന്ന് നോക്കിയത് പേടിച്ചരണ്ട തന്റെ മുഖത്തേക്കാണ്.

എല്ലാം കേട്ടപ്പോൾ മൊയ്തീൻ പറഞ്ഞു. "എന്റെ റബ്ബേ... പടച്ചോൻ നിക്ക് ആയുസ്സ് നീട്ടിത്തന്നിട്ടുണ്ട്. ഇല്ലെങ്കിൽ ആ പഹയന്മാരുടെ കൈയിൽനിന്ന് രക്ഷപ്പെടില്ല..."

മൊയ്തീൻ ആശ്വസിപ്പിച്ചു.

"നഗരത്തിൽ എല്ലാ അനാശാസ്യ പ്രവർത്തനങ്ങളും ഇവരറിയാതെ നടക്കില്ല. കൊല, മാനഭംഗം, പിടിച്ചുപറി... അധികാരികൾക്കും അവരെ വേണ്ട.... ഒരു കണക്കിന് ഇവരെ തീറ്റിപ്പോറ്റുന്നതുതന്നെ അധികാരികളാ..."

മൊയ്തീൻ എല്ലാം കാരുണ്യപൂർവ്വം ചോദിച്ചറിഞ്ഞു.

മൊയ്തീന്റെ കണ്ണുകൾ ഈറനണിയുന്നത് കണ്ടു.

"ഞാനും നിന്നെപ്പോലെ... കുട്ടിക്കാലത്ത് എന്നോ ഇവിടെ എത്തിപ്പെട്ടതാണ്."

പിന്നെ കുറേക്കാലത്തേക്ക് മൊയ്തീനൊപ്പമായിരുന്നു. പിതൃനിർവ്വിശേഷമായ സ്നേഹം മൊയ്തീൻ തന്നു. പകൽ നഗരത്തിൽ ചുമടെടുപ്പ് രാത്രി മൊയ്തീന്റെ പെട്ടിക്കടയോട് ചേർന്നുള്ള ചായ്പിൽ നിദ്ര. മൊയ്തീൻ പഴകിയ ബെഞ്ചിൽ താഴെ താനും.

അങ്ങനെയുള്ള മൊയ്തീനോട് പറയാതെ ഒന്നും വയ്യാ.

എല്ലാം കേട്ടപ്പോൾ കുറേനേരത്തേക്ക് മൊയ്തീൻ മിണ്ടിയില്ല.

മുഖത്ത് കണ്ണുംനട്ട് ഇരുന്നു.

"പടച്ചോൻ ഒരു തുണ നല്കീന്നോ കരുത്യേ... ഇപ്പോഴതും.."

നിറഞ്ഞ കണ്ണുകൾ തോളിൽ കിടന്ന തോർത്തുകൊണ്ട് തുടച്ചു മൊയ്തീൻ പറഞ്ഞു.

"പോ... പോ... എവിടെയെങ്കിലും പോയി രക്ഷപ്പെട്... മോനേ..." അല്പം നിർത്തി തുടർന്നു.

"വല്ലപ്പോഴും ഇതുവഴി വരാൻ മറക്കരുത്..."

സേട്ടിന്റെ കൂടെ നീലഗിരിയിലേക്ക്...

തനിച്ചാവുമ്പോൾ മാധവൻ പറഞ്ഞ ഇത്തരം ഓരോ സംഭവങ്ങളും അയവിറക്കി ദേവകി ആശ്വസിക്കും.

പത്ത്

കോഴിക്കോട്ടുകാരൻ സേട്ട് വനത്തിൽ ഏക്കർകണക്കിന് ഭൂമി സ്വന്തമാക്കിയിട്ടുണ്ട്.

വിശാലമായ തോട്ടത്തിലെ മനോഹരമായ ഔട്ട്ഹൗസിൽ എത്തുമ്പോൾ വെയിൽ ചാഞ്ഞിരുന്നു. ഔട്ട്ഹൗസിന്റെ വരാന്തയിൽ ആരോ ഇരിപ്പുണ്ട്. വണ്ടിയുടെ ഒച്ചകേട്ടപ്പോൾ കമ്പിളിയിൽ പൊതിഞ്ഞ രൂപം ഒന്നിളകി.

വൃദ്ധനാണ്. ഊന്നുവടിയിൽ താങ്ങി അയാൾ എഴുന്നേറ്റ് സേട്ടിനെ കൈകൂപ്പി.

"എന്താ മല്ലാ തണുപ്പുണ്ടോ?"

"ഇന്നലെ ശീ കടുപ്പാരുന്നു."

വാഹനത്തിൽ മല്ലൻകൂടി ശ്രമപ്പെട്ട് കയറി.

വാഹനം തോട്ടത്തിലെ വീഥിയിലൂടെ പാഞ്ഞു.

മഞ്ഞുറയുന്ന താഴ്വര. മലമടക്കുകളിൽ പളുങ്കുമണികൾപോലെ ചിന്നിച്ചിതറുന്ന വെള്ളച്ചാട്ടം. വനം ഇനിയും തെളിക്കാനുണ്ട്. നിബിഡവനങ്ങൾ.

"ഇന്നലെ ആന ഇറങ്ങിയിരുന്നു." വണ്ടിയിൽനിന്ന് ഇറങ്ങുമ്പോൾ മല്ലൻ പറഞ്ഞു.

കറന്റ് പോയിരുന്നു. റാന്തൽ എടുത്ത് വൃദ്ധൻ തീപൂട്ടി.

"ഇന്ന് മുതൽ മല്ലന് ഒരു കൂട്ടുകാരൻ."

സേട്ടു അയാളെ മല്ലന് പരിചയപ്പെടുത്തി. മല്ലൻ അല്പനേരം ഇത്തിരിപ്പോന്ന പയ്യനെ മിഴിച്ചുനോക്കിയിരുന്നു.

മല്ലന്റെ കണ്ണുകളിൽ സഹതാപമോ? നിസ്സംഗതയോ?

"കാട് കുറേശ്ശെ വെട്ടിക്കിളയ്ക്കണം... ഭക്ഷണമൊക്കെ മല്ലൻ തയ്യാറാക്കി തരും.... മല്ലൻ തരുന്ന സാധനങ്ങൾ നാട്ടിലെത്തിക്കണം... വിവരമെല്ലാം മല്ലൻ പറഞ്ഞുതരും."

സേട്ടു പറഞ്ഞു.

"എല്ലാം ഓന് പറഞ്ഞുകൊടുക്കണം. മല്ലാ....."

മല്ലനോടായി അത്രയുംകൂടി പറഞ്ഞ് കുറച്ച് പണം കൈയിൽ തന്ന് സേട്ടു വണ്ടി സ്റ്റാർട്ടാക്കി.

സേട്ടു പറഞ്ഞതിന്റെ ഒരു ഏകദേശ രൂപം യാത്രയിലുടനീളം സൂചിപ്പിച്ചിരുന്നു.

കുറച്ച് സ്ഥലം, വീട് ഒക്കെ സേട്ടു വാഗ്ദാനം ചെയ്തു.

"നാടെവിടെയാ....."

"കായംകുളത്തിനടുത്ത്......"

"വീട്ടിലാരൊക്കെയുണ്ട്......"

"അമ്മയുണ്ട്....."

"അനുസരണയോടെ നിന്നാൽ കുറച്ച് സ്ഥലവും വീടുമൊക്കെ ഞാൻ തരാ....."

സേട്ടുവിന്റെ വാഗ്ദാനം ആദ്യം ഭീതി ജനിപ്പിച്ചെങ്കിലും ജീവിതത്തിന് മുന്നിൽ അതൊക്കെ നിസ്സാരമായി തോന്നി.

"അരക്കൈ നോക്കാ.. ഒത്തെങ്കിൽ ഒത്ത്... നല്ലൊരു വഴി കണ്ടെത്തുംവരെ... അപ്പോൾ നിർത്താം."

ആഴ്ചയിലൊരിക്കൽ മല്ലൻ ഒരു പൊതി കൈയിൽ തരും. അത് കോഴിക്കോട്ട് സേട്ടുവിന്റെ അങ്ങാടിയിലുള്ള കടയിൽ എത്തിക്കണം.

ഒരിക്കൽ ചോദിച്ചു.

"എന്താത്."

മല്ലൻ കാരുണ്യപൂർവ്വം ചിരിക്കും.

"മോൻ അതറിയേണ്ട.".

എങ്കിലും പിന്നീടറിഞ്ഞു. കഞ്ചാവ്.

ഇരുള് വീണാൽ മല്ലന്റെ അവശത പമ്പകടക്കും.

കാക്കിട്രൗസറും കമ്പിളി ഉടുപ്പും ചെവിമൂടിക്കിടക്കുന്ന പ്രത്യേകതരം തൊപ്പിയും അഞ്ച് ബാറ്ററിയുടെ ടോർച്ചും മല്ലൻ കൈയിൽ തരും. പറയുമ്പോഴേ ടോർച്ച് പ്രകാശിപ്പിക്കാവൂ. അത് ഒരു താക്കീതാണ്. തോക്ക് തോളിൽതാങ്ങി ഒരു ജേതാവിനെപ്പോലെയാണ് മല്ലന്റെ കാടുകയറ്റം. സമൃദ്ധമായി വളർന്ന് കിടക്കുന്ന കഞ്ചാവ് തോട്ടത്തിലാണ് ആ യാത്ര

അവസാനിക്കുന്നത്. ഈ യാത്രയ്ക്കിടയിൽ പക്ഷികളും മുയലുകളും മല്ലന്റെ തോക്കിന് ഇരയായിട്ടുണ്ടാകും. മുയലിറച്ചിയോട് മല്ലന് ആർത്തി തന്നെയുണ്ട്. മല്ലൻ നന്നായി പാചകം ചെയ്യും. കുരുമുളക് ഇട്ട് വരട്ടിയ മല്ലന്റെ മുയലിറച്ചി രുചിച്ചിട്ടുള്ളവർ ഒരിക്കലും അത് മറക്കില്ല.

മുയലിറച്ചിയും നാടൻ ചാരായവും പിന്നെ കഞ്ചാവിന്റെ പുകയും - മല്ലന് രാത്രി ഉറക്കമില്ല.

രാത്രിയുടെ നിശ്ശബ്ദതയിൽ മല്ലന്റെ പാട്ട് വനരാജിയെ തഴുകിക്കൊണ്ടിരിക്കും പുലരുവോളം.

കിടക്ക വിരിച്ചാൽ നിദ്ര പുണരുവോളം മാധവൻ പഴയ ഏടുകൾ നിവർത്തിക്കൊണ്ടിരിക്കും; ദേവകിയുടെ മൂളൽ അവസാനിക്കുംവരെ.

പതിനൊന്ന്

ഇരുള് നേരത്തെ വരും. പതുങ്ങി പതുങ്ങി നിശ്ശബ്ദമായി. കാട് മൗനത്തിൽ ആഴും. പതുങ്ങി വന്ന ഇരുൾ വീടിനെ പൊതിയും. കറുത്ത സത്വങ്ങൾ മേഞ്ഞുനടക്കുന്ന താഴ്‌വരകൾ.

ദേവകിയുടെ മനസ്സിൽ അകാരണമായ ഭീതി വിതയ്ക്കും.

എല്ലാം അറിഞ്ഞുകൊണ്ട് ഇറങ്ങിയതാണ്. മാധവൻ എല്ലാം ആദ്യമേ പറഞ്ഞിരുന്നു. അദ്ധ്വാനിക്കാൻ കുറേ മണ്ണുണ്ട്. ആത്മധൈര്യമുണ്ടെങ്കിൽ നമുക്ക് ഒരു ജീവിതം ഉണ്ട്... ആരോഗ്യമുള്ളൊരു പെണ്ണിനെയാണ് എനിക്കാവശ്യം. എന്തിനേയും ധീരമായി നേരിടണം.... മറ്റൊന്നും വേണ്ട....

ഒക്കെ ശരി. മൗനസമ്മതം. എന്നാലും ജനിച്ച നാടും വീടും വിട്ട് എത്തിപ്പെട്ടത് വനത്തിൽ. കൂട്ടിന് സ്വൈരവിഹാരം നടത്തുന്ന കാട്ടുമൃഗങ്ങൾ.

ഇവിടെ ജീവിച്ചാലും മരിച്ചാലും ആരും അറിയില്ല.

ഒരു ദുർബ്ബല നിമിഷത്തിൽ ഏതെങ്കിലും മൃഗങ്ങളുടെ ചവിട്ടേറ്റ് ഒരു ഈയ്യാംപാറ്റപോലെ കൊഴിഞ്ഞു വീഴാം. ഒച്ചയെടുത്താൽപ്പോലും ആരും കേൾക്കില്ല.

ഓടിവരാൻ ആരുമില്ല. താങ്ങിയെടുക്കാൻ ആരാണുള്ളത്? എല്ലാ ശബ്ദവും നിലവിളികളും വനനിബിഡതയിലെവിടെയോ ഒടുങ്ങിയിരിക്കും.

എന്നാൽ മാധവൻ അരികത്തുള്ളപ്പോൾ എല്ലാം അപശകുനചിന്തകളും മനസ്സിൽനിന്ന് പെയ്തൊഴിയും. മാധവന്റെ വാക്കുകൾ മൃസഞ്ജീവനിയാകും.

കാടാണ്. വേണ്ടതെല്ലാം ഉണ്ട്. അദ്ധ്വാനിച്ചാൽ സ്വർഗ്ഗം പണിയാം. കൈക്കരുത്ത് വേണം. മെയ്‌വഴക്കം വേണം. ആത്മവിശ്വാസം വേണം... മാധവൻ ദേവകിയുടെ കൈപിടിച്ച് മലഞ്ചരിവിലൂടെ നടന്നു. കയറ്റിറക്കങ്ങളിൽ കിതയ്ക്കുകയും വീഴുകയും ചെയ്തപ്പോൾ മാധവൻ താങ്ങി. ദിവസം മുഴുവൻ നടന്നിട്ട് ഭൂമിയുടെ അരിക് കണ്ടെത്താനായില്ല.

നേരം പുലർന്നാൽ പണിയായുധങ്ങളുമായി മാധവൻ താഴേക്കിറങ്ങും. രണ്ടേക്കറോളം ഇതിനകം കൃഷിഭൂമിയാക്കി മാറ്റി.

നെല്ലും ചോളവും മരച്ചീനിയും കുരുമുളകും വിളഞ്ഞു.

വീടിന്റെ മുന്നിൽനിന്നാൽ മാധവൻ ഒറ്റയടിപ്പാതയിലൂടെ നടന്നുനീങ്ങുന്നത് കാണാനാവില്ല. ഇളകുന്ന ചെടിത്തലപ്പുകളെ നോക്കി വഴി തിട്ടപ്പെടുത്താമെന്നു മാത്രം.

മാധവൻ താഴേക്കിറങ്ങിയാൽ ഒറ്റയ്ക്കാവും.

പുറത്തിരുന്നാലും അകത്തിരുന്നാലും വെപ്രാളമാണ്. ഏത് നിമിഷവും കാട്ടുമൃഗങ്ങൾ വരാം. കാറ്റിന്റെ മർമ്മരംപോലും ചില നേരം ഭീതി വിതയ്ക്കും.

ഒരു ദിവസം മാധവനോട് പറഞ്ഞു. "ഞാനും വരുന്നു."

മാധവൻ തിരിഞ്ഞ് അടിമുടിനോക്കി; ജോലി എടുക്കാനുള്ള ധൈര്യം ആയോ എന്നമട്ടിൽ.

"കെല്പുണ്ടെങ്കിൽ പോരേ..."

പകുതി ഫലിതമായും പകുതി കാര്യമായും ചിരിച്ചുകൊണ്ട് മാധവൻ പറഞ്ഞു. എന്ത് ആശ്വാസമാണ് അപ്പോൾ തോന്നിയത്.

തനിക്ക് ആത്മവിശ്വാസമുണ്ട്. കൈക്കരുത്തുണ്ട്, അദ്ധ്വാനിക്കാൻ മനസ്സുണ്ട്.

ഭക്ഷണം പാകം ചെയ്ത് പൊതിയാക്കി രണ്ടുപേരും താഴേക്കിറങ്ങും.

ഭൂമി അമ്മയാണ്. വിയർപ്പ് വീണാൽ മുത്ത് വിളയും.

പന്ത്രണ്ട്

അന്തിയാവും പണിസ്ഥലത്തുനിന്ന് കയറാൻ. ഭവാനിപ്പുഴയിലിറങ്ങി തുടിച്ച് കുളിച്ച് ക്ഷീണമകറ്റും.

മാധവൻ പറയും.

വടക്ക് കിഴക്ക് ചരിവായിട്ടാണ് ഈ പ്രദേശത്തിന്റെ കിടപ്പ്. ഈ പ്രദേശത്തിന്റെ നാഡീഞരമ്പാണ് ഈ നദി. ഈ നദിയുടെ ജീവരക്തമാണ് ഈ പ്രദേശത്തെ ഹരിതാഭമാക്കുന്നത്. ഇവിടെയുള്ള നദികളെല്ലാം കിഴക്കോട്ടാണ് ഒഴുകുന്നത്. ഭവാനിനദി നീലഗിരി മലകളിൽനിന്ന് ഉത്ഭവിച്ച് കുത്തനെ താഴേക്ക് ഒഴുകി മുക്കാലിയിൽനിന്ന് ദിശമാറി കിഴക്കോട്ടൊഴുകി തമിഴ്നാട്ടിൽവെച്ച് കാവേരിയിൽ ലയിക്കുന്നു.

പുരയിലെത്തിയാൽ ഭക്ഷണം പാകം ചെയ്യാനുള്ള തിടുക്കമാണ്. മാധവൻ സഹായിക്കും. അടുപ്പത്ത് അരി തിളച്ചുകൊണ്ടിരിക്കുമ്പോൾ മാധവൻ ഓർമ്മയുടെ കെട്ടഴിക്കും.

ദേവകി കൗതുകത്തോടെ കാത് കൂർപ്പിച്ചിരിക്കും.

ആഴ്ചയിലൊരിക്കൽ സേട്ടു വരും. ചിലപ്പോൾ കൂടെ പലരും ഉണ്ടാകും.

ആണും പെണ്ണും!

അങ്ങനെയുള്ള ദിവസങ്ങളിൽ മല്ലന് പിടിപ്പത് പണിയുണ്ട്. വരുന്നവർ ദിവസങ്ങളോളം തങ്ങിയെന്നിരിക്കും. ആ ദിവസങ്ങളിൽ കാട് ശബ്ദമുഖരിതമാവും.

ചില നേരം സംഗീത സാന്ദ്രം. മറ്റ് ചിലപ്പോൾ ആക്രോശവും അട്ടഹാസവും.

വേണ്ടതെല്ലാം തയ്യാറാക്കേണ്ട ജോലി മല്ലന്.

മുയലിറച്ചിയാണ് എല്ലാവർക്കും പഥ്യം. ചാരായം വാറ്റി കാണാപ്പുറങ്ങളിൽ മല്ലൻ സൂക്ഷിക്കുന്നുണ്ടാവും.

വരുന്ന സ്ത്രീകളും ഇതൊക്കെ ഉപയോഗിക്കുന്നതിൽ പിന്നിലല്ല. സ്ത്രീകൾ പ്രായം കുറഞ്ഞവരും കൂടിയവരും ഉണ്ട്. എല്ലാവരും തിന്ന് കുടിച്ച് കൂത്താടിയാവും പോവുക.

മാധവന് ഇതെല്ലാം പുതിയ അനുഭവമായിരുന്നു.

നീളൻ കുപ്പായവും തുർക്കിത്തൊപ്പിയും ഊശാൻതാടിയുമുള്ള സേട്ടുവിന് ഒന്നും ഹറാമല്ല. ഏത് മാംസവും അയാൾക്ക് ആർത്തിയാണ്.

പ്രായം കുറഞ്ഞ ഇറച്ചികണ്ടാൽ അയാൾ കടിച്ചുകീറും. പ്രായം തികയാത്ത എത്രയോ പെൺകുട്ടികൾ കാടിന്റെ നിശ്ശബ്ദതയിൽ സേട്ടുവിന് ഇരയായി.

ആൺകുട്ടികളെയും സേട്ടു വിട്ടില്ലത്രേ!

'ഛീ... കള്ളക്കഴുവേറി മോൻ.. മൃഗം... നാറി...'

സേട്ടു പോയാൽ, തനിച്ചാകുമ്പോൾ പുളിച്ച തെറികൊണ്ട് മല്ലൻ സേട്ടുവിനെ കൊലവിളിക്കും.

അന്ന് വയസ്സ് പതിനഞ്ചോ പതിനാറോ. കൈക്കോട്ടെടുത്ത കൈക്കരുത്ത്, എന്തിനും പോന്ന ശരീരം.

സേട്ടു വന്ന ദിവസം. രാത്രി നല്ല നിലാവുണ്ട്. നിഴലും നിലാവും കെട്ടുപിണയുന്ന ഔട്ട് ഹൗസിന്റെ പുൽത്തകിടിൽ പതിവുപോലെ കഞ്ചാവിന്റെ ലഹരിയിൽ മല്ലന്റെ പാട്ട് ഒഴുകിപ്പടരുന്നു.

കാടിന്റെ നിശ്ശബ്ദത, മല്ലന്റെ സംഗീതം, നിലാവിന്റെ പുഞ്ചിരി, മഞ്ഞുമലകളെ ചുംബിക്കുന്ന ചന്ദ്രൻ, താഴ്വരയിലൂടെ ഒഴുകുന്ന അരുവിയുടെ താരാട്ട്.

എല്ലാറ്റിനും കാതോർത്ത് മാധവനും ഉറക്കം വരാതെ പുൽത്തകിടിയിൽ മലർന്നു കിടന്നു.

ഏതോ വണ്ടി ബ്രേക്കിടുന്ന ഒച്ചയിൽ മല്ലനും മാധവനും ഞെട്ടി.

ഈ നേരത്ത് ഔട്ട് ഹൗസിലെത്താൻ ആർക്ക് ധൈര്യം? നോക്കിയപ്പോൾ സേട്ടു തനിച്ച്.

മല്ലന് ആദ്യം വിശ്വാസിക്കാനായില്ല. എഴുന്നേല്ക്കാൻ ശ്രമിച്ചെങ്കിലും കാല് കുഴയുന്നു.

സേട്ടു മല്ലനെ കണ്ടു. ഒന്നും ആവശ്യപ്പെടുകയോ സംസാരിക്കുയോ ഉണ്ടായില്ല. അയാൾ കിടപ്പുമുറിയിലേക്കു കയറിപ്പോയി. സേട്ടുവിന് കാല് നിലത്ത് ഉറയ്ക്കുന്നില്ല. ഡ്രൈവർ ഏതോ പൊതി മുറിയിൽവെച്ചിട്ട് കടന്നുപോയി.

മാധവൻ കിടപ്പറയിലേക്ക് പോയി. ക്രമേണ ഉറക്കത്തിലേക്ക്.

ആരുടെയോ കൈകൾ ദേഹത്ത് ഇഴയുന്നു. മാധവൻ ഞെട്ടിയുണർന്നു. നെഞ്ചിൽ ഏതോ ഭാരം കയറ്റി വെച്ചതുപോലെ.

മുഖം നീറുന്നു ശരീരം പുകയുന്നു. സർവ്വശക്തിയുമെടുത്ത് മാധവൻ നെഞ്ചിലെഭാരം തള്ളിത്തെറിപ്പിച്ചു.

അത് ഒരു മനുഷ്യശരീരമാണെന്ന് ഞെട്ടലോടെ അയാൾ കണ്ടു. നീണ്ട വസ്ത്രവും തുർക്കിത്തൊപ്പിയും ഇല്ല. ഊശാൻ താടി മാത്രം നഗ്നൻ.

സർവ്വശക്തിയും എടുത്ത് മുന്നിൽക്കണ്ട ദിഗംബരന്റെ കവിളിൽ അയാൾ ആഞ്ഞടിച്ചു.

ഒറ്റച്ചവിട്ടിൽ ഊശാൻതാടി ഉരുണ്ടുരുണ്ടുപോയി. നിലാവ് കെട്ടു. ചന്ദ്രൻ ആകാശഗുഹയിൽ ഒളിച്ചു.

ഇനി ഇവിടെ നില്ക്കുകവയ്യ. ഔട്ട് ഹൗസിന്റെ കിഴക്ക് വശത്തെ ചാമ്പമരച്ചുവട്ടിൽ കുറേനേരം ഇരുന്നു. പോകണമെന്ന ചിന്ത ഉദിച്ചപ്പോൾ എങ്ങോട്ടെന്നായി മനസ്സ്.

ഉത്തരം തേടി കുറേനേരം മനസ്സ് അലഞ്ഞു. ഒടുവിൽ വന്നിടത്തേക്ക് തന്നെ ആകാമെന്ന് തീരുമാനിച്ചു.

മല്ലനോട് ഒരുവാക്ക്..

പിന്നെ വേണ്ടെന്നുവെച്ചു.

ഇരുളിലേക്കിറങ്ങി. പാതയിൽ എത്തണമെങ്കിൽ നാലുനാഴിക കാട്ടിലൂടെ നടക്കണം. അപ്പോൾ ഭയമൊന്നും തോന്നിയില്ല. ഇഴജന്തുക്കളെയും മൃഗങ്ങളെയും മറന്നു.

കുറെ നടന്നപ്പോൾ ഓടിത്തളർന്ന് കിതയ്ക്കുന്ന ഒരു ജേതാവിനെപ്പോലെ പാതയോരത്ത് ഒരു ജീപ്പ്. എഞ്ചിൻ ഓഫാക്കിയിരുന്നില്ല. ആരോ ഒരാൾ പുറത്തിറങ്ങി നില്ക്കുന്നുണ്ട്. ഡ്രൈവർ സീറ്റിൽ തന്നെയുണ്ട്. അവരെക്കൂടാതെ ഒരാൾകൂടി ജീപ്പിലുണ്ട്. അയാൾ നല്ല ഉറക്കത്തിലാണ്. അപ്പോഴാണ് കുറച്ചകലെ രണ്ട് രൂപങ്ങൾ പ്രത്യക്ഷപ്പെട്ടത്. അടുത്തെത്തിയപ്പോഴാണ് അതിലൊന്ന് ഒരുസ്ത്രീയാണെന്ന് മനസ്സിലായത്. പതിനഞ്ചോ ഇരുപതോ വയസ്സുള്ള ഒരു പെൺകുട്ടി അല്പമാത്ര വസ്ത്രമേ ശരീരത്തുള്ളൂ. ചിതറി ഉലഞ്ഞ മുടികൾക്കിടയിലൂടെ മുഖം ശരിക്ക് കാണാനാവുന്നില്ല.

അവർ വന്ന് ജീപ്പിൽ കയറി. പുറത്തുനിന്നവർ കൂടെക്കയറി. ജീപ്പ് സ്റ്റാർട്ടാക്കി. ഹെഡ് ലൈറ്റിന്റെ പ്രകാശം മുഖത്തടിച്ചപ്പോഴാണ് അവർ തന്നെകണ്ടത്.

ആ കാഴ്ച അവരെ നടുക്കിയെന്ന് തോന്നുന്നു. ജീപ്പോടിച്ച് മാധവന്റെ സമീപത്തായി നിർത്തി.

രണ്ടുപേർ ബലമായി പിടിച്ച് അകത്താക്കി ഒരു ടവ്വൽകൊണ്ട് അയാളുടെ കണ്ണുമൂടി. എന്താണ് സംഭവിക്കുന്നതെന്ന് ഓർത്തെടുക്കാൻ ശ്രമിക്കുമ്പോഴേക്കും ജീപ്പ് അയാളെയും വഹിച്ച് വളരെ ദൂരം ഓടിയിരുന്നു.

"മിണ്ടിപ്പോകരുത്... ശരിപ്പെടുത്തിക്കളയും...."

ആരോ ഒരാൾ ഭീഷണിപ്പെടുത്തിക്കൊണ്ടിരുന്നു. അയാൾക്ക് അപ്പോൾ ഒന്നിനും ആകുമായിരുന്നില്ല. ഒറ്റയ്ക്ക് ചെറുത്തുനിന്നിട്ട് ഒരു കാര്യവും ഇല്ല. വരുന്നത് വരട്ടെ.

പിന്നെ എപ്പോഴോ എവിടെയോ ജീപ്പ് നിന്നു. അയാളെ ആരോ പുറത്തേക്ക് തള്ളി. കണ്ണിലെ കെട്ടഴിക്കുമ്പോഴേക്കും ജീപ്പ് വളവ് തിരിഞ്ഞ് മറഞ്ഞു.

നല്ല ഇരുട്ട്. വനത്തിൽ ഏതോ ഭാഗത്താണ് എത്തിയിരിക്കുന്നതെന്ന് മാത്രം ഊഹിക്കാനായി. നേരം വെളുക്കട്ടെ. മാധവൻ പാതയോരത്ത് കലുങ്കിൽ ഇരുന്നു.

ഉറക്കം കണ്ണുകളെ മൂടുന്നു.

പതിമൂന്ന്

ഏതോ ഒച്ചകേട്ടാണ് കണ്ണുതുറന്നത്. നേരം പരപരാ വെളുക്കുകയാണ്. ഇരുളിന്റെ മഞ്ഞുമറ ക്രമേണ നേർത്ത് നേർത്ത് വരുന്നു. വീണതിന്റെ വേദന ശരീരത്തിന് അനുഭവപ്പെട്ടു. എത്ര ആലോചിച്ചിട്ടും പിടികിട്ടാത്ത ഒന്ന് മനസ്സിനെ അലട്ടി. എന്തിനാണ് അവർ ജീപ്പിലിട്ടതും പെരുവഴിയിൽ തള്ളിയതും. ഏതോ നിഗൂഢത ആ സംഭവത്തെ ചൂഴ്ന്ന് നില്ക്കുന്നുണ്ട്.

ചുറ്റിനും കണ്ണോടിച്ചു. നിബിഡ വനങ്ങൾ തന്നെ നീണ്ടുകിടക്കുന്ന ചെമ്മൺ പാത. ആരോടാണ് ഒന്നു ചോദിക്കുക. ആരെങ്കിലും ഇതുവഴി വരുംവരെ കാത്തിരിക്കുകയോ നിർവ്വാഹമുള്ളൂ.

ഏറെനേരം കാത്തിരിക്കേണ്ടിവന്നില്ല. അകലേന്ന് ഒരു ആൾരൂപം മഞ്ഞിനെ കീറി നടക്കുന്നുണ്ട്. ഒരു വൃദ്ധനായിരുന്നു. ആറരയടിയെങ്കിലും ഉയരമുണ്ട്. രോമക്കുപ്പായത്തിനുമുകളിൽ കമ്പിളി പുതച്ചിട്ടുണ്ട്. മുടി ക്രമത്തിലധികം വളർന്നു കിടക്കുന്നു. നരച്ച താടി നെഞ്ചോളം നീണ്ടുകിടക്കുന്നു. തീക്ഷ്ണമായ കണ്ണുകൾ. മുറുക്കാൻ തുപ്പൽ താടിരോമങ്ങളെ നനയ്ക്കുന്നു.

ഒരു ചെറുപ്പക്കാരനെ മുന്നിൽക്കണ്ടപ്പോൾ വൃദ്ധൻ ഒന്നമ്പരന്നു.

"യാരെ... യാരെ.." എന്ന ശബ്ദത്തിന്റെ ഇടർച്ച അത് വ്യക്തമാക്കി. നടന്ന സംഭവങ്ങൾ ഒരുവിധം വൃദ്ധനെ പറഞ്ഞ് മനസ്സിലാക്കാൻ ശ്രമിച്ചു. വൃദ്ധന്റെ കണ്ണുകളിൽ അകാരണമായി കുടിയേറിയ ജിജ്ഞാസ ഒട്ടൊന്നു ശ്രമിച്ചു.

"വാങ്കോ... വാങ്കോ.." എന്ന് മാത്രം പറഞ്ഞ് വൃദ്ധൻ മുന്നോട്ടു നീങ്ങി.

അനുസരിക്കാനേ മാധവന് കഴിഞ്ഞുള്ളൂ.

ഒരു കൊച്ചു വെളുപ്പാൻകാലത്ത് മഞ്ഞിന്റെ മൂടുപടംമാറ്റി കരിയിലകൾ കുമിഞ്ഞുകിടന്ന ഒറ്റയടിപ്പാതയിലൂടെ ഒരുവൃദ്ധനാൽ നയിക്കപ്പെട്ട് ആ യാത്ര ജീവിതത്തിൽ ഒരു വഴിത്തിരിവായി മാറുമെന്ന് അപ്പോൾ ഓർത്തതേയില്ല.

യാത്രയിലുടനീളം വൃദ്ധൻ മൗനം പാലിച്ചു. സാമാന്യം നല്ല പഴയൊരു വീട്. ബാലസൂര്യന്റെ പ്രകാശത്തിൽ കുളിച്ചുകിടക്കുന്നു.

പലതരം പക്ഷികളുടെയും മൃഗങ്ങളുടെയും തോലുകൾ മുറിയിൽ തൂക്കിയിരിക്കുന്നു.

കിടക്കയുടെ മുകളിൽ മാറാലമൂടിയ ഒരു ആനക്കൊമ്പ് സ്ഥാപിച്ചിട്ടുണ്ട്.

വൃദ്ധൻ രണ്ട് കപ്പ് ചക്കരക്കാപ്പി തയ്യാറാക്കി. ഒരു കപ്പ് അയാൾക്ക് കൊടുത്തു. അത് ആറ്റിക്കുടിക്കുമ്പോൾ വൃദ്ധന്റെ കണ്ണുകൾ കനൽപോലെ തിളങ്ങി.

സാവധാനം ഇരിപ്പിടത്തിൽനിന്ന് എഴുന്നേറ്റ വൃദ്ധൻ മാധവന്റെ കണ്ണിൽ തുറിച്ചുനോക്കിക്കൊണ്ട് അല്പനേരം നിന്നു.

തുടർന്ന് ഒരു അട്ടഹാസമായിരുന്നു.

"ഈ കാട് എന്റേതാണ്.... നോക്ക്.... ഈ ഊരിൽ കുറേ കുട്ടികളുണ്ട്. ഒന്നിനും പണിയെടുക്കാൻ വയ്യ. വാറ്റിക്കുടിച്ച് നടക്കിാ... നീ എന്റെ മോനാണ്.... ഈ ഭൂമി നിനക്ക് തരാം... എല്ലാവനും പഠിക്കട്ടെ."

അത്രയും പറഞ്ഞ് വൃദ്ധൻ ഒരു പ്രവാചകനെപ്പോലെ ചിരിച്ചു എന്താണ് സംഭവിക്കുന്നതെന്നറിയാതെ ഒരു അങ്കലാപ്പോടെ മാധവൻ നിന്നു.

ഒന്നും മനസ്സിലാവുന്നില്ല. ഊര് മൂപ്പനായിരുന്നു വൃദ്ധൻ. ഏക്കർ കണക്കിന് വനഭൂമി സ്വന്തമായുണ്ട്. ഭാര്യ കുറേ വർഷം മുമ്പ് മരിച്ചു. ഒരു മകനുണ്ടായിരുന്നു. മയക്കുമരുന്നിന് അടിമയായി ഭ്രാന്ത് പിടിച്ച് എവിടെയോ കിടന്നു മരിച്ചു. രണ്ട് മരണവും വൃദ്ധനെ വല്ലാതെ സ്പർശിച്ചു.

ഇപ്പോൾ തനിച്ചാണ്. ഭാര്യയുടെ ബന്ധത്തിൽപ്പെട്ട ഏതോ ഒരു സ്ത്രീ ജീവിച്ചിരിപ്പുണ്ട്. അവർ വന്ന് ഭക്ഷണം പാകം ചെയ്ത് വൃദ്ധന് നല്കുമായിരുന്നു. പലപ്പോഴും മൂപ്പന് അതൊന്നും കഴിക്കാൻ നേരമുണ്ടാവില്ല. സഞ്ചാരിയാണ്. വീട് വിട്ടിറങ്ങിയാൽ എപ്പോഴെങ്കിലും വന്നങ്കിലായി. അങ്ങനെ ഒരു യാത്രകഴിഞ്ഞുള്ള വരവിലാണ് മാധവനെ കണ്ടുമുട്ടിയത്.

"നീയെന്റെ മോനാ... ഇനി എങ്ങും പോകരുത്... എനിക്കാരുമില്ല.."

മൂപ്പൻ ഒരു കൊച്ചുകുട്ടിയെപ്പോലെ തേങ്ങിത്തേങ്ങി കരയും.

മൂപ്പനെ ശുശ്രൂഷിച്ചും ഭക്ഷണം പാകം ചെയ്തുകൊടുത്തും രണ്ടു വർഷം കടന്നുപോയി. വന്നവരോടെല്ലാം നഷ്ടപ്പെട്ട മകൻ തിരിച്ചുവന്നെന്ന് മൂപ്പൻ പറയുമായിരുന്നു.

മൂപ്പന്റെ പേരിലുള്ള ഭൂമി മാധവന്റെ പേരിൽ എഴുതിവെച്ചു.

ഒരിക്കൽ മലകയറുമ്പോഴുള്ള വീഴ്ചയിൽ മൂപ്പന് നട്ടെല്ലിന് കാര്യമായ ക്ഷതമേറ്റു. കണ്ണിന്റെ കാഴ്ച മങ്ങി.

ആറ് മാസത്തോളം കിടക്കയിൽത്തന്നെ കഴിയേണ്ടിവന്നു. മരുന്നുകൊണ്ടും ശുശ്രൂഷകൊണ്ടും ഫലം കിട്ടിയില്ല. ശ്വാസംമുട്ടൽ കലശലായി. ഒരു സന്ധ്യക്ക് മാധവന്റെ മടിയിൽ കിടന്ന് മൂപ്പൻ അന്ത്യശ്വാസം വലിച്ചു.

അവസാനകാലത്ത് ഒരു പിതാവിനെ ശുശ്രൂഷിച്ച സംതൃപ്തിയായിരുന്നു മാധവന്. സ്വന്തം അച്ഛനെ കാണാൻ ഭാഗ്യമുണ്ടായില്ലെങ്കിലും മറ്റൊരച്ഛന് അന്ത്യോപചാരം അർപ്പിക്കാനായി.

"ദാ അവിടെയാണ് അടക്കിയത്.."

മാധവൻ ചൂണ്ടിക്കാണിച്ചിടത്തേക്ക് ദേവകി കൗതുകത്തോടെ നോക്കി.

കുറച്ചു തെറ്റിപ്പൂക്കൾ അവരെനോക്കി ചിരിക്കുന്നു.

പതിനാല്

മാധവന്റെ കൂടെ വനത്തിലെത്തിയിട്ട് ആറുമാസം കഴിയുന്നു. ജീവിതത്തിൽ അത് ഒരു വലിയ കാലയളവല്ല. എന്നാൽ ദേവകിയെ സംബന്ധിച്ചിടത്തോളം ജീവിതത്തിലെ നിർണ്ണായക ദിവസങ്ങളാണ് കടന്നുപോയത്. ഒരിക്കലും മറക്കാൻ കഴിയാത്ത കുറേ അനുഭവങ്ങൾ സമ്മാനിച്ച രാപ്പകലുകൾ. ഒന്നുരിയാടാൻ, ചങ്ങാത്തംകൂടാൻ, വേവലാതികളും നൊമ്പരങ്ങളും പങ്കുവയ്ക്കാൻ മാധവനല്ലാതെ മറ്റാരുണ്ടായിരുന്നു.

ഏകാന്തതയുടെ മൗനം വിതയ്ക്കുന്ന ഭീതികൾ. ഗൃഹാതുരത്വം സമ്മാനിച്ച സാന്ത്വനത്തിന്റെ തികട്ടലുകൾ. അപരിചിതത്വത്തിന്റെ മുഖംമൂടികൾ നല്കിയ തേങ്ങലുകൾ. ഇടയ്ക്കിടെ തെളിയുന്ന അമ്മയുടെ കരഞ്ഞു വീങ്ങിയ മുഖം.

ലോകത്തിലെ ഏറ്റവും വലിയ അത്ഭുതം ഏതെന്ന ചോദ്യത്തിന് ദേവകിക്ക് ഒരൊറ്റ ഉത്തരമേയുള്ളൂ— മാധവൻ.

മാധവന്റെ ശരീരം മാംസമല്ല. ഉരുക്കാണ്. ഉരുക്കിന്റെ കരുത്താണ് ആ നെഞ്ച്. ആ നെഞ്ചിനുള്ളിൽ ആർദ്രമായ ഒരു മനസ്സുണ്ടെന്ന് ദേവകി അനുഭവിച്ചറിഞ്ഞ ദിനരാത്രങ്ങൾ.

ആ നെഞ്ചിൽ മുഖമമർത്തി ദേവകി ഒരുദിവസം പറഞ്ഞു.

"നാട്ടിൽപോകണം. അമ്മയെക്കാണണം."

ആദ്യമൊന്നും അതിലത്ര താല്പര്യം മാധവൻ കാണിക്കുന്നില്ല.

മാധവന്റെയും ചില ബന്ധുക്കൾ നാട്ടിലുണ്ട്. അമ്മ നേരത്തെ മരിച്ചിരുന്നു. 'പോകാം... പോകാം..' എന്ന് മാത്രം പറഞ്ഞ് മാധവൻ സമാശ്വസിപ്പിക്കും.

മാധവന്റെ മനസ്സിൽ ഒരു ചിന്തയേയുള്ളൂ.

ഭൂമി... തന്റെ ഭൂമി.

ദാനം കിട്ടിയ മണ്ണ്. ദൈവം തന്ന കനവ്. ഈ മണ്ണാണ് തന്റെ അന്നം.

മണ്ണ് ചതിക്കില്ല. പരിഭവിക്കില്ല, പരാതിയില്ല, വഞ്ചനയില്ല, അസൂയയില്ല. കൊടുക്കുന്നതിന്റെ നൂറിരട്ടി തിരിച്ചുതരും.

മണ്ണിനെ സ്നേഹിക്കണം. ഉഴുത് മറിക്കണം. വിത്തിടണം. നൂറുമേനി വിള.

എങ്കിലും ഒരുദിവസം മാധവൻ സമ്മതിച്ചു.

"പോകാം.."

നാട്ടിലേക്കുള്ള ആദ്യയാത്ര.

മാധവന്റെ കൈയിൽ ഒരുപൊതി. കുരുമുളക്, കപ്പലണ്ടി...

അമ്മേ ഞങ്ങൾക്ക് സുഖമാണ്. ഇത് ഞങ്ങളുടെ അദ്ധ്വാനം. കുരുമുളക്, കപ്പലണ്ടി, ചോളം, മുതിര. അമ്മ മകളെ കെട്ടിപ്പിടിച്ച് വിതുമ്പി.

എല്ലാ ബന്ധുക്കളുടെയും സമീപത്തേക്ക് ഒരോട്ടപ്രദക്ഷിണം.

മുഖം തന്നവരും മുഖം തിരിച്ചവരും.

"നാളെ പോകാം.... മറ്റന്നാൾ...."

ഒരിടത്തും തങ്ങിയില്ല.

"അങ്ങനെ പറയാൻ അവർക്കെന്ത് അവകാശം... നമ്മൾ എങ്ങനെ ജീവിക്കുന്നുവെന്ന് അവരന്വേഷിച്ചില്ലല്ലോ?" മാധവൻ പറഞ്ഞു. മടങ്ങിയെത്തുമ്പോൾ കണ്ട കാഴ്ച ആരുടെയും കരളലിയിപ്പിക്കുന്നതായിരുന്നു. കൃഷിയാകെ നശിച്ചിരുന്നു. അതുവരെയുള്ള അദ്ധ്വാനം ജലരേഖയായി. കതിരുവന്ന നെൽച്ചെടികൾ, മരച്ചീനി തൈകൾ, മുളക്, മല്ലി, ചോളം, തുവര എല്ലാം ചവിട്ടിയരച്ചിട്ടുണ്ട്.

ആനയിറങ്ങിയിരിക്കാം. പന്നിയിറങ്ങിയിരിക്കാം.

ചോരനീരാക്കി അദ്ധ്വാനിച്ചുണ്ടാക്കിയത് ഒരു നിമിഷംകൊണ്ട് നഷ്ടപ്പെട്ടിരിക്കുന്നു.

കുറച്ചുനേരം മാധവൻ എല്ലാം നോക്കിനിന്നു എന്നിട്ട് ദേവകിയോട് പറഞ്ഞു.

"തിന്നോട്ടെ... തിന്നോട്ടെ.. ഒരു കണക്കിന് അവർക്കുവേണ്ടി കൂടിയാണല്ലോ നമ്മുടെ അദ്ധ്വാനം.... കാട് അവർക്കുകൂടി അവകാശപ്പെട്ടതാണ്.... എന്നാൽ ഒന്നുണ്ട്.... മ്മളെ തോല്പിച്ചുകളയാമെന്നൊന്നും വിചാരിക്കണ്ട.."

ദേവകി അത്ഭുതത്തോടെ മാധവന്റെ മുഖത്തേക്ക് ഉറ്റുനോക്കി. മാധവൻ ചിരിക്കുന്നു. ഇങ്ങനെയും ഒരു മനുഷ്യൻ!

പതിനഞ്ച്

തോമസും കുടുംബവും വന്നത് ദേവകിക്ക് ഒരാശ്വാസമായി. സുഖ ദുഃഖങ്ങൾ പങ്കുവെക്കാൻ ഒരു അത്താണി. കാഞ്ഞിരപ്പള്ളിക്കാരനാണ് തോമസ്. പുറമ്പോക്ക് പട്ടയം കിട്ടിയ മൂന്നു സെന്റ് സ്ഥലത്തെ പ്രമാണി. ഉള്ളതെല്ലാം വിറ്റുപെറുക്കിയാണ് വരവ്.

വൃദ്ധയായ അമ്മയും ഭാര്യയും രണ്ട് കുട്ടികളും.

മാധവൻ കുറച്ചുകാലം കാഞ്ഞിരപ്പള്ളിയിലുണ്ടായിരുന്നു.

ചന്തയിൽ ചുമടെടുപ്പായിരുന്നു ജോലി. അന്ന് പരിചയപ്പെട്ടതാണ് തോമസിനെ. ആ അടുപ്പം ഒരാത്മബന്ധമായി വളർന്നു.

ഇരിപ്പും വെപ്പും കിടപ്പുമെല്ലാം ഒരേ താവളത്തിലായിരുന്നു. പിന്നെ മാധവൻ പുതിയ മേച്ചിൽപ്പുറങ്ങൾ തേടിപ്പോയി.

മാധവൻ വിളിച്ചിട്ടാണ് തോമസും കുടുംബവും എത്തിയിരിക്കുന്നത്. കൈയിലുള്ളത് മാധവനെ ഏല്പിക്കാൻ തോമസ് മറന്നില്ല.

സ്ഥലത്തിന്റെ കുറേഭാഗം മാധവൻ തോമസിന് കൊടുത്തു. താല്ക്കാലികമായി കെട്ടിയുണ്ടാക്കിയ ഷെഡ്ഡിൽ അവർ താമസം തുടങ്ങി. ആദ്യദിവസം തോമസിനും കുടുംബത്തിനും ഉറങ്ങാനായില്ല.

വനത്തിൽ ആദ്യമായി വന്നുപെട്ട ഭീതി, കാടിന്റെ ഭയാനകതയിൽ കുട്ടികൾ അലറിക്കരഞ്ഞു.

തോമസിന്റെ അമ്മ കഴുത്തിൽക്കിടന്ന വെന്തിങ്ങ തിരുപ്പിടിപ്പിച്ച് കർത്താവിൽ അഭയം പ്രാപിക്കാനായി കേണു. മകനെ ശാപവാക്കുകൾകൊണ്ട് പൊതിഞ്ഞു.

മറിയ – തോമസിന്റെ ഭാര്യ – ധൈര്യം കൈവിട്ടില്ല. നിരാശയും ഭീതിയും മനസ്സിനെ മഥിക്കുമ്പോൾ അവർ തോമസിനു ധൈര്യം പകർന്നു.

കൈവന്ന മണ്ണ് തങ്ങളെ രക്ഷിക്കുമെന്ന് അവർ ഉറച്ച് വിശ്വസിച്ചു. നാട്ടിൽ ദാരിദ്ര്യത്തിന് കീഴടങ്ങുന്നതിനേക്കാൾ കാട്ടിൽ പൊരുതി ജീവിക്കാമെന്ന് അവർകണക്കുകൂട്ടി.

കുറേ ഭൂമി ഇപ്പോൾ സ്വന്തമായുണ്ട്... അദ്ധ്വാനിക്കാനുള്ള ആരോഗ്യമുണ്ട്.... കൃഷി ചെയ്ത് ജീവിക്കാം.... കുട്ടികളെ വളർത്താം..... മാധവനും ദേവകിക്കും ഇവിടെ കഴിയാമെങ്കിൽ നമുക്ക് എന്തുകൊണ്ടായിക്കൂടാ – ഈ അന്തരീക്ഷവുമായി ഇണങ്ങാൻ കുറച്ചു സമയം എടുക്കും. അത് സ്വാഭാവികം മാത്രം. കുറച്ചകലെയാണെങ്കിലും സർക്കാർ സ്കൂളുണ്ട്. പ്രാഥമികാരോഗ്യ കേന്ദ്രമുണ്ട്.

പക്ഷേ, തോമസിന്റെ അമ്മച്ചിക്ക് ഈ കൂടുമാറ്റം സഹിക്കാനായില്ല. വന്ന് രണ്ടു ദിവസം കഴിഞ്ഞപ്പോൾ ആയമ്മയ്ക്ക് പനി പിടിച്ചു. കിടുകിടുപ്പും വിറയലും ശ്വാസംമുട്ടലുമായി കിടക്കയിൽ വീണു. പിച്ചുംപേയും പറഞ്ഞു.

മരുന്നുകൾക്കൊന്നും ആയമ്മയെ രക്ഷിക്കാനായില്ല. ഒരാഴ്ച പിന്നിട്ടപ്പോൾ ആയമ്മ എല്ലാവരെയും വേദനിപ്പിച്ചുകൊണ്ട് കർത്താവിന്റെ അരികിലേക്ക് പോയി.

അമ്മച്ചിയുടെ വേർപാട് തോമസിന് താങ്ങാനായില്ല.

അയാൾ ദിവസങ്ങളോളം വീടിന് പുറത്തിറങ്ങിയില്ല.

അമ്മച്ചിയുടെ മരണത്തിന് ഉത്തരവാദി താനാണെന്നുള്ള ചിന്ത അയാളെ നീറ്റിക്കൊണ്ടിരുന്നു.

ദേവകിയുടെയും മാധവന്റെയും ആശ്വാസവാക്കുകൾക്കൊന്നും കുറച്ചു ദിവസത്തേക്കെങ്കിലും തോമസിനെ ആശ്വസിപ്പിക്കാനായില്ല.

ക്രമേണ പഴയ ഊർജ്ജസ്വലതയിലേക്ക് തോമസ് മടങ്ങിവന്നു.

ഏത് മുറിവും ഉണക്കുന്ന തമ്പുരാനാണല്ലോ കാലം.

എല്ലാ ദുഃഖങ്ങൾക്കും സിദ്ധൗഷധം.

പതിനാറ്

വയലിൽ കളയെടുക്കുകയായിരുന്നു ദേവകി. മറിയയും ഒപ്പം ഉണ്ട്. ചേളാവും തോളിലിട്ട് കുരുമുളക് നുള്ളുകയായിരുന്നു മാധവനും തോമസും. കുട്ടികളാരോ ഓടിവന്ന് പറയുകയായിരുന്നു.

ദേവകി ഛർദ്ദിക്കുന്നു. വൃക്ഷത്തിൽനിന്ന് ഇറങ്ങി ഓടിക്കിതച്ച് വന്ന മാധവനും തോമസും കണ്ടത് കുനിഞ്ഞുനിന്ന് ഓക്കാനിക്കുന്ന ദേവകിയെയും ചുമലിൽ തഴുകുന്ന മറിയേയുമാണ്.

അവരെ കണ്ടപ്പോഴേക്കും മറിയ വിളിച്ചുപറഞ്ഞു.

"പേടിക്കാനൊന്നുമില്ല. ഇപ്പം മാറും..."

മറിയ തോമസിനെ നോക്കി ഗൂഢമായി ചിരിച്ചു.

തോമസിനു കാര്യം പിടികിട്ടി. അയാൾ സംഭ്രമിച്ച് നില്ക്കുന്ന മാധവിന്റെ ചെവിയിൽ എന്തോ മന്ത്രിച്ചു. അപ്പോഴാണ് കാര്യത്തിന്റെ കിടപ്പ് മാധവന് മനസ്സിലായത്. രണ്ടുപേരും ഒരുമിച്ച് ചിരിച്ചു.

താൻ ഒരച്ഛനാവാൻ പോകുന്നുവെന്ന അറിവ് മാധവനെ ആഹ്ലാദിപ്പിച്ചു. അയാൾ ദേവകിയുടെ കണ്ണുകളിൽ നോക്കി.

ദേവകിയുടെ കവിളുകൾ മുരിക്കിൻപൂക്കുലപോലെ തുടുത്തു.

നാണത്താൽ മുഖം കുനിഞ്ഞു. ദേവകിയും മറിയയും വീട്ടിലേക്ക് മടങ്ങി.

മാധവനും തോമസും വീണ്ടും കുരുമുളക് നുള്ളാൻ തുടങ്ങി.

മാധവൻ ആലോചിച്ചു. ഇനി കുറച്ചു വിശ്രമമൊക്കെ ദേവകിക്കു വേണം. ഇതിനകം പത്തേക്കറോളം കൃഷിഭൂമിയാക്കിമാറ്റാൻ അവർക്കായി. രണ്ടേക്കറോളം വയലാണ്.

മലയുടെ മുകളിലൂടെയുള്ള നീരുറവ തെളിച്ച് കൃഷിഭൂമിയിലേക്ക് കൊണ്ടുവന്നതുമൂലം ഇരുപ്പൂനിലമാക്കി മാറ്റുവാൻ കഴിഞ്ഞു. കുരുമുളക്, കൊക്കോ, മല്ലി, കടുക്, തുവര എന്നീ കൃഷികളുമുണ്ട്. വാഴത്തോട്ടത്തിനും മരിച്ചീനിക്കും പ്രത്യേകം സ്ഥലം കണ്ടെത്തി. ഇതിനൊക്കെ ദേവകിയും ഒപ്പത്തിനൊപ്പം ഉണ്ടായിരുന്നു. ദേവകിയുടെ സാമീപ്യംപോലും മാധവന് ഊർജ്ജമാണ്.

ഇപ്പോഴാകട്ടെ കൃഷിക്ക് തോമസുമുണ്ട്. രണ്ടുപേരുംകൂടി ആലോചിച്ചാണ് എല്ലാ കാര്യങ്ങളും നിശ്ചയിക്കുക.

മാധവനും തോമസും മലയിറങ്ങാൻ വീട്ടിൽ ദേവകിക്ക് ഒപ്പം മറിയയും ഉണ്ടാകും. പ്രാഥമികാരോഗ്യകേന്ദ്രത്തിൽ പോകുന്നതും മറ്റും അവർ ഒരുമിച്ചാണ്.

ദേവകിയുടെ പ്രസവം അടുത്തു.

അന്നും പതിവുപോലെ മാധവനും തോമസും കൃഷിഭൂമിയിലേക്കു പോയി. മടങ്ങിയെത്തുമ്പോൾ ഇരുള് വീണിരുന്നു. ആകാശം കറുത്തിരുണ്ടു. ഏത് നേരവും മഴപെയ്യാം.

പതിവിന് വിപരീതമായി മറിയ അവരെയുംകാത്ത് നില്ക്കുന്നു. മറിയ താഴേക്കിറങ്ങിവരികയായിരുന്നു. മറിയയുടെ മുഖത്തെ ഉൽക്കണ്ഠ രണ്ടുപേരെയും ഉദ്വേഗത്തിന്റെ മുൾമുനയിൽ നിർത്തി.

"എന്താ മറിയം."

മാധവന് ജിജ്ഞാസ അടക്കാനായില്ല.

"ദേവകിക്ക്.."

"ദേവകിക്ക്.."

"ഇല്ല വിഷമിക്കാനൊന്നുമില്ല."

"സമയം അടുത്തെന്ന് ഒരു തോന്നൽ.."

"എന്തെങ്കിലും.."

തോമസ് അക്ഷമനായി..

"ഇതു വരെയൊന്നുമില്ല..."

അവർ മൂവരുംകൂടിയാണ് വീട്ടിലേക്ക് ധൃതിപ്പെട്ട് കയറിയത്.

മാധവനെ കണ്ടപ്പോൾ ദേവകി ചിരിക്കാൻ ശ്രമിച്ചു. അവളുടെ വിളറിയ മുഖം മാധവനെ ആശങ്കയിലാഴ്ത്തി.

'എല്ലാം മംഗളമായി നടത്തണേ..'

അയാൾ മനസ്സിൽ മന്ത്രിച്ചു.

മറിയയും തോമസും വീട്ടിലേക്കുപോയി.

'കുട്ടികൾ വിളക്കു തെളിച്ചോ എന്തോ.' പോന്നപോക്കിൽ മറിയ വ്യാകുലപ്പെട്ടു.

"എന്തെങ്കിലും വിശേഷമുണ്ടെങ്കിൽ വിളിക്കണേ."

അവർ തിരിഞ്ഞുനിന്നു ഓർമ്മിപ്പിച്ചു.

തോമസും മറിയയും പോയപ്പോൾ മാധവൻ ദേവകിയുടെ അരികിലേക്ക് ചെന്നു. അവൾ കിടക്കുകയാണ്. അവളുടെ തല താങ്ങി മടിയിൽവെച്ചുകൊണ്ടു മാധവൻ കൈകൾ തലോടിക്കൊണ്ടിരുന്നു. പുറത്തു മഴ ഇരമ്പിവീണു. പലപ്രാവശ്യം ഇടിവെട്ടി. ശീതക്കാറ്റ് വീടിന് ചുറ്റും വന്നലച്ചു.

അയാൾ കമ്പിളി എടുത്ത് ദേവകിയെ പുതപ്പിച്ചു.

അവളുടെ വിതുമ്പുന്ന ചുണ്ടുകളിൽ മുഖം ചേർത്ത് അല്പനേരം ഇരുന്നു. എന്തെങ്കിലും പാകം ചെയ്യേണ്ടതുണ്ട്. അടുപ്പിൽ തീകത്തിച്ചു. കുറച്ചു പുഴുക്ക് നുറുക്കി അടുപ്പിൽവെച്ചു.

ഒരു ഞരക്കം കേട്ടാണ് മാധവൻ ദേവകി കിടക്കുന്ന മുറിയിലേക്ക് വന്നത്.

ദേവകി വേദനകൊണ്ട് പുളയുകയാണ്. പെട്ടെന്ന് മാധവന്റെ മനസ്സിൽ ഒരാധി കയറി. ഇങ്ങനെ ഒരു രംഗത്തിന് ഇതുവരെ സാക്ഷിയാകേണ്ടിവന്നിട്ടില്ല.

എന്താണ് സംഭവിക്കാൻ പോകുന്നത്? എങ്ങനെയാണ് ദേവകിയെ ആശ്വസിപ്പിക്കുക? അധികനേരം ആലോചിച്ച് നില്ക്കാനായില്ല. പുറത്തിറങ്ങി.

മഴ ഇപ്പോഴും കോരിച്ചൊരിയുകയാണ്. എല്ലാ ശബ്ദങ്ങളെയും പിന്നിലാക്കിക്കൊണ്ട് അയാൾ വിളിച്ചു.

"തോമസേ.."

പല പ്രാവശ്യം ആവർത്തിക്കേണ്ടിവന്നു.

"വരുന്നേ.."

മറിയയുടേതായിരുന്നു ശബ്ദം. മഴയെ കൂസാതെ അവർ ഓടിയെത്തി.

ദേവകി ഇപ്പോഴും വേദനകൊണ്ട് പുളയുകയാണ്. തിരിഞ്ഞും മറിഞ്ഞും കിടക്കാനുള്ള ശ്രമം. മറിയ എന്തൊക്കെയോ ചെയ്യുന്നുണ്ട്. പറയുന്നുണ്ട്.

സമയം ഒച്ചിനെപ്പോലെ ഇഴയുന്നു.

"പ്രാഥമികാരോഗ്യകേന്ദ്രത്തിലേക്ക് കൊണ്ടുപോയാലോ...."

മറിയയാണ് പറഞ്ഞത്. തോമസും മാധവനും ആലോചിച്ചുകൊണ്ട്; നിന്നതും അതുതന്നെയായിരുന്നു. പക്ഷേ, എങ്ങനെ?

മഴ അല്പം ശമിച്ചിരുന്നെങ്കിലും നല്ല ഇരുട്ടുണ്ട്. എടുത്തുകൊണ്ട് പോകാനേ പറ്റൂ.

ആലോചിച്ച് നില്ക്കാൻ നേരമില്ല. മരപ്പലകയിൽ കിടത്തി തോമസും മാധവനും തോളിലേറ്റി.

റാന്തലുമായി മറിയ മുന്നിൽ ഒറ്റയടിപ്പാതയിലൂടെ കാട്ടുചെടികൾ വകഞ്ഞുമാറ്റി.

ആശുപത്രിയിൽ ഡോക്ടർ ഇല്ലായിരുന്നു.

നേഴ്സുണ്ട്. ഉറക്കത്തിൽനിന്നും അവരെ തട്ടിയുണർത്തി.

ആരോ ഡോക്ടറെ വിളിക്കാൻ ക്വാർട്ടേഴ്സിലേക്ക് ഓടി.

ദേവകി വേദന കടിച്ചമർത്തി ഞരങ്ങിക്കൊണ്ടിരുന്നു. നേഴ്സിന്റെ നിർദ്ദേശപ്രകാരം അവർ മുറിക്ക് പുറത്തിറങ്ങി.

തോമസും മാധവനും പരസ്പരം മുഖത്തുനോക്കി ഒന്നും പറയാനാവുന്നില്ല. സമയം നീണ്ടു. പെട്ടെന്നാണ് മറിയയുടെ ശബ്ദം കേട്ടത്.

ജനൽകർട്ടനരികിൽ മറിയയുടെ മുഖം.

"പെൺകുഞ്ഞ്."

മറിയ അതു പറഞ്ഞതും ഡോക്ടർ എത്തിയതും ഒരുമിച്ചായിരുന്നു.

ഡോക്ടർ അകത്തേക്ക് കയറിപ്പോയി. കുറച്ചുസമയത്തിനുശേഷം ഡോക്ടർ പുറത്തേക്കു വന്നു.

അമ്മയും കുഞ്ഞും സുഖമായിരിക്കുന്നു. ഡോക്ടർ പറഞ്ഞു.

താൻ ഒരച്ഛനായിരിക്കുന്നു! മാധവന്റെ മനസ്സിൽ ഒരു പൂത്തിരി കത്തി.

പതിനേഴ്

ഊരിൽ ഏതാണ്ട് അൻപതിന്മേൽ വീടുകളുണ്ട്. കുറച്ചുപേർ കുടിയേറ്റക്കാരാണ്. ആദിവാസികളുടെ എണ്ണം കുറയും. ഊര് മുഴുവൻ ഒരു കാലത്ത് ആദിവാസികളുടേതായിരുന്നു. പരദേശികൾ അവരെ പാട്ടിലാക്കി ഭൂമി സ്വന്തമാക്കി. നക്കാപ്പിച്ച മാത്രമാണ് ഭൂമിയുടെ മക്കൾക്ക് കിട്ടിയത്. തിരുവിതാംകൂർ ചേട്ടന്മാർ എന്ന ഒരുശൈലിതന്നെ പ്രചാരത്തിലുണ്ട്. ഊരിലെ എല്ലാവരുമായി ബന്ധപ്പെടാൻ മാധവന് ഇതുവരെ കഴിഞ്ഞിരുന്നില്ല. ഓരോരുത്തർക്കും ഉള്ള ഭൂവിസ്തൃതി കൂടുതലായത് നിമിത്തം താമസസ്ഥലം വളരെ വളരെ അകലത്തായിരുന്നു എന്നതു തന്നെ ഒരു കാരണം. എന്നാൽ, ഏതെങ്കിലും ഒരു സമയത്ത് മുക്കാലിക്കവലയിലെത്താതെ ആർക്കും ജീവിക്കാൻ കഴിയുമായിരുന്നില്ല. അങ്ങനെ കണ്ടുമുട്ടിയവരുമായി നല്ല ബന്ധം സ്ഥാപിക്കാൻ മാധവന് കഴിഞ്ഞിരുന്നു.

ഭൂമിയായി, കൃഷിയായി, സർക്കാരിൽനിന്ന് ചില സഹായങ്ങളൊക്കെ കിട്ടിത്തുടങ്ങി. ക്ഷീരോല്പാദനം ലക്ഷ്യമാക്കി സർക്കാർ നല്ലയിനം മാടുകളെ സൗജന്യമായി വിതരണം ചെയ്തു. തോമസും മാധവനുംകൂടി ഒരു കന്നുകാലിവളർത്തുകേന്ദ്രം ഇതിനകം സ്ഥാപിച്ചിരുന്നു. ഒരു ക്ഷീരോല്പാദക സഹകരണ സംഘത്തെക്കുറിച്ചും അവർ കാര്യമായി ആലോചിക്കുകയുണ്ടായി.

കാസർഗോട്ടുകാരനായ മൊയ്തീൻ ഊരിലെത്തിയിട്ട് ഒരു വ്യാഴവട്ടം കഴിയുന്നു. ഉമ്മയും ബാപ്പയും ഭാര്യയും നാല് കുട്ടികളുമടങ്ങുന്നതാണ് മൊയ്തീന്റെ കുടുംബം.

മൊയ്തീന് കൃഷിഭൂമിയുണ്ട്. കാലിസംരക്ഷണവുമുണ്ട്.

മുന്തിയ ഇനം പശുക്കളെ അയാൾ തീറ്റിപ്പോറ്റുന്നുണ്ട്. ഊരിലുള്ള വരെ വിളിച്ചുകൂട്ടാൻ മൊയ്തീനും സഹായിച്ചു. അങ്ങനെ മൊയ്തീനും മാധവനും തോമസും നേതൃത്വം കൊടുത്ത് ഒരു ക്ഷീരോല്പാദന സഹ കരണസംഘം രജിസ്റ്റർ ചെയ്തു. സഹകരണവകുപ്പ് ഉദ്യോഗസ്ഥരുടെ സഹായവും അവർക്കുണ്ടായി. സഹകരണ സംഘത്തിന്റെ ആദ്യ പ്രസി ഡന്റായി മാധവനെ ഏകകണ്ഠമായി തെരഞ്ഞെടുത്തു. ഈ വിധ പ്രവർത്തനങ്ങൾക്കിടയിലാണ് തന്റെ നാട്ടുകാരിയായ കമലാക്ഷിയെ കണ്ടുമുട്ടാൻ മാധവന് ഇടയായത്.

നാട്ടിലെ പേരെടുത്ത തറവാട്ടിലെ ഇളയസന്തതിയായിരുന്നു കമലാ ക്ഷിയമ്മ. ഉയർന്ന വിദ്യാഭ്യാസം നേടി. സാമൂഹ്യക്ഷേമവകുപ്പിൽ ഉദ്യോ ഗസ്ഥയായി. സഹപ്രവർത്തകനായിരുന്നു ശശികുമാർ. പരിചയം വളർന്ന് വേർപിരിയാൻ കഴിയാത്ത അവസ്ഥയിലെത്തി. താഴ്ന്ന ജാതിയിൽപ്പെട്ട ശശികുമാറുമായുള്ള ബന്ധം വീട്ടുകാർ ഇഷ്ടപ്പെട്ടില്ല. കമലാക്ഷിയമ്മ വീടുവിട്ട് പോയെന്നും ശശികുമാറിനെ രജിസ്റ്റർ വിവാഹം ചെയ്തെന്നും ഒക്കെ ചെറുപ്പകാലത്ത് അമ്മയുടെ വാക്കുകളിലൂടെ മാധവൻ കേട്ടിട്ടു ണ്ട്.

പെൻഷൻ പറ്റി. കുട്ടികളില്ല. ശശികുമാർ മരിച്ചു. ഊരിൽ ആദിവാ സിക്കുട്ടികൾക്കായുള്ള ഒരു സ്കൂൾ നടത്തി കഴിയുകയാണ് കമലാക്ഷി യമ്മ. പേര് മാറ്റി. ഇപ്പോൾ ദയാദേവിയായിട്ടാണ് അറിയപ്പെടുന്നത്.

തോമസിനും മാധവനും ദയാദേവിയെ കണ്ടുമുട്ടിയത് ഒരനുഗ്രഹ മായി. കുട്ടികളെ ദയാദേവിയുടെ സ്കൂളിൽ ചേർക്കാനായി.

ദയാദേവിയുമായുള്ള അടുപ്പം ഒരു വായനശാലയെക്കുറിച്ച് ആലോ ചിക്കാൻ നിമിത്തമായി. ഊരിലുള്ളവരെ വിളിച്ച് ചേർത്ത് ഒരു കമ്മിറ്റി ഉണ്ടാക്കി.

തന്റെ ഭൂമിയിൽത്തന്നെ ഒരു ഷെഡ്ഡ് കെട്ടി മാധവൻ വായനശാല യുണ്ടാക്കി.

'അക്ഷരം' വായനശാല. വായനശാലയുടെ ചുമതല ദയാദേവിക്കാ യിരുന്നു.

പതിനെട്ട്

ചെറിയ ഭൂപ്രദേശം. കാലാവസ്ഥയിൽ വൈവിദ്ധ്യം. കാലവർഷവും തുലാവർഷവും ലഭിക്കുന്നു. മലനിരകളിൽനിന്ന് ഉത്ഭവിച്ച് കുത്തനെ താഴേക്ക് ഒഴുകുന്ന ഭവാനിനദി ഈ പ്രദേശത്തിന്റെ ഹരിതാഭയെ നില നിർത്തുന്നു.

ഭവാനിനദി മാധവന്റെ ഭൂമിക്ക് ഒരാഭരണം പോലെയാണ്. തന്റെ ഭൂമിയുടെ ജീവനാണ് ഭവാനിനദി. ഭവാനിനദിയിലെ ജലം പമ്പ് ചെയ്താണ് കൃഷിയിടം നനയ്ക്കുന്നത്.

റോഡില്ലാത്തതും വാഹനസൗകര്യമില്ലാത്തതും ഊരിന്റെ വികസനത്തിന് തടസ്സമായി. പ്രധാന നിരത്തിൽനിന്ന് ഊരിലേക്കുള്ള ഒരുപാതയെക്കുറിച്ചായി മാധവന്റെ നേതൃത്വത്തിലുള്ള സംഘത്തിന്റെ അടുത്ത ചിന്ത. അത് അനിവാര്യമാണെങ്കിലും ലക്ഷ്യപ്രാപ്തിയിലെത്താൻ ഏറെ കടമ്പകൾ കടക്കേണ്ടിവരും. നിമ്നോന്നത പ്രദേശങ്ങളും മഴവെള്ളത്തിന്റെ കുത്തൊഴുക്കും മലയിടിച്ചിലും ഒരു പാത നിർമ്മിക്കാനുള്ള ശ്രമങ്ങൾക്ക് വിലങ്ങുതടിയായി.

ഒരുപാത ഉണ്ടായാലുള്ള ഗുണങ്ങളെക്കുറിച്ച് എല്ലാവരെയും ബോദ്ധ്യപ്പെടുത്താൻതന്നെ ഏറെ പണിപ്പെടേണ്ടിവന്നു. ഒടുവിൽ എല്ലാവരും തുനിഞ്ഞിറങ്ങി. പത്ത് കിലോമീറ്റർ നീളത്തിൽ ഒരു പാത നിർമ്മിക്കുകതന്നെ ചെയ്തു. ബസ് വരാൻ ബുദ്ധിമുട്ടുണ്ടെങ്കിലും ജീപ്പും ഓട്ടോയും വന്നുപോകുന്നുണ്ട്.

ഇത്തരം പ്രവൃത്തികൾകൊണ്ട് ഊരിലുള്ളവരുടെ സ്നേഹവും വിശ്വാസവും ആർജ്ജിക്കുവാൻ മാധവന് കഴിഞ്ഞു. അത് മറ്റൊരു അംഗീകാരത്തിലേക്കാണ് മാധവനെ കൊണ്ടുചെന്നെത്തിച്ചത്. ആ ഡിവിഷനിൽനിന്നുള്ള ജനപ്രതിനിധിയായി അയാൾ തെരഞ്ഞെടുക്കപ്പെട്ടു.

മകൾ മല്ലിക ഇപ്പോൾ മുക്കാലിയിലുള്ള സർക്കാർ സ്കൂളിൽ പത്താംതരത്തിലാണ് പഠിക്കുന്നത്. ഊരിൽനിന്നുള്ള ധാരാളം കുട്ടികൾ ഇപ്പോൾ സർക്കാർ സ്കൂളിൽ പഠിക്കാൻ പോകുന്നുണ്ട്.

മല്ലിക സ്കൂളിൽപോയാൽ ദേവകി കൃഷിയിടങ്ങളിലേക്കു ഇറങ്ങും. കൃഷിയിൽ ശ്രദ്ധിക്കാൻ മാധവന് ഇപ്പോൾ വേണ്ടവണ്ണം കഴിയുന്നില്ല. പൊതുപ്രശ്നങ്ങളുമായി ചുറ്റിത്തിരിയലായി പ്രധാന ജോലി. കണ്ണുകീറുമ്പോൾ മുതൽ ഓരോരോ പ്രശ്നങ്ങളുമായി ആളുകൾ വന്നുകൊണ്ടിരിക്കും. ഏത് സമയത്തും ആർക്കുവേണ്ടിയും ഇറങ്ങിത്തിരിക്കാൻ മാധവൻ മടികാണിക്കാറില്ല.

ദേവകിക്ക് ഇപ്പോൾ പിടിപ്പത് പണിയുണ്ട്. മല്ലികയുടെ കാര്യം നോക്കണം. കൃഷിയിൽ ശ്രദ്ധിക്കണം. വന്യമൃഗങ്ങളെ ഓടിക്കണം. തോമസും മറിയയും ചിലപ്പോഴൊക്കെ സഹായത്തിനുണ്ട്. തോമസിന്റെ കുട്ടികളും വളർന്നിരിക്കുന്നു. കുട്ടികളുടെ കാര്യങ്ങളിലും അവർക്ക് ശ്രദ്ധിക്കേണ്ടതുണ്ട്.

പാതിരാത്രിയുടെ നിശ്ശബ്ദതയിലാവും ഈയിടെയായി മാധവനെ കണ്ടുകിട്ടുക. പരസ്പരം പറയാനും ചർച്ചചെയ്യാനും ഒത്തിരികാര്യങ്ങൾ. എല്ലാം മൂളിക്കേട്ട് മാധവൻ ഉത്തരം ഒരുചിരിയിൽ ഒതുക്കും.

“ദുഃഖത്തിൽ നീന്തി വന്നവരല്ലേ നമ്മൾ.... തീയിൽ കുരുത്തത് വെയിലത്ത് വാടുമോ ദേവകി.”

മാധവൻ ആശ്വസിപ്പിക്കും. ആരോഗ്യം ഉള്ളിടത്തോളം നമുക്ക് അദ്ധ്വാനിക്കാം. കഴിയുന്നത് മറ്റുള്ളവർക്കായി ചെയ്യാം. നമുക്കെന്ത് നഷ്ടപ്പെടാൻ.

മാധവൻ പറയുന്നതിന്റെ പൊരുൾ എല്ലാം ദേവകിക്ക് മനസ്സിലാവില്ല.

ഒന്നവൾക്കറിയാം. മാധവൻ നേർവഴിയിലൂടെയേ സഞ്ചരിക്കൂ.

പത്തൊൻപത്

മല്ലിക പത്താം ക്ലാസ് പാസായി. ഫസ്റ്റ് ക്ലാസിൽ. നാടിനും നാട്ടുകാർക്കും അന്ന് ഒരു ഉത്സവമായിരുന്നു. ഊരിൽനിന്നുള്ള ഒരു കുട്ടിക്ക് കിട്ടുന്ന ആദ്യ ഫസ്റ്റ് ക്ലാസ്. എല്ലാവരും അഭിനന്ദനങ്ങൾകൊണ്ട് മല്ലികയെ പൊതിഞ്ഞു.

മുക്കാലിയിൽ നടന്ന അനുമോദനസമ്മേളനത്തിൽ വകുപ്പുമന്ത്രിയുടെ സാന്നിദ്ധ്യമുണ്ടായിരുന്നു. ഗ്രാമപഞ്ചായത്തിന്റെ കാഷ് അവാർഡ്. മന്ത്രിയാണ് സമ്മാനിച്ചത്.

തുടർന്നുള്ള പഠനത്തിന് നഗരത്തിൽ പോകണം. നാട്ടിൽനിന്നും പോയിവരാൻ കഴിയില്ല. ഹോസ്റ്റലിൽ താമസിക്കണം. നഗരത്തിലെ പ്രശസ്തമായ കോളേജിൽ മല്ലികയ്ക്ക് അഡ്മിഷൻ കിട്ടാൻ പ്രയാസം ഉണ്ടായില്ല. അഡ്മിഷൻ എടുക്കാൻ മല്ലികയ്ക്കൊപ്പം മാധവനും ദേവകിയും ഉണ്ടായിരുന്നു. മറിയയും കുട്ടികളും അവർക്കൊപ്പം പോയി. പനി കാരണം തോമസിന് പോകാൻ കഴിഞ്ഞില്ല.

പട്ടണം കാണുക എന്ന ഉദ്ദേശ്യംകൂടി അവർക്കുണ്ടായിരുന്നു. മാധവൻ നഗരത്തിൽ ഒന്നോരണ്ടോ പ്രാവശ്യം വന്നിട്ടുണ്ട്. മറ്റുള്ളവർ ആദ്യമാണ്. എല്ലാം കണ്ട് കുറേ സാധനങ്ങളും വാങ്ങി മല്ലികയെ ഹോസ്റ്റലിൽ ആക്കിയിട്ടാണ് എല്ലാവരും മടങ്ങിയത്.

മല്ലിക ആദ്യമായിട്ടാണ് വീട്ടിൽനിന്നും മാറിത്താമസിക്കുന്നത്. യാത്ര പറയുമ്പോൾ അവൾ കരച്ചിലിന്റെ വക്കോളം എത്തിയിരുന്നു. കൂടെക്കൂടെ വരാമെന്ന് പറഞ്ഞ് മല്ലികയെ ആശ്വസിപ്പിച്ചിട്ടാണ് എല്ലാവരും മടങ്ങിയത്.

മടങ്ങിയെത്തിയ മാധവൻ തോമസിനെ കാണാനാണ് ആദ്യം പോയത്. തോമസിന് ഒരു കമ്പിളി സ്വറ്റർ വാങ്ങിയിരുന്നു. അതുമായി കടന്നുചെന്ന മാധവന് കാണാനായത് ചുരുണ്ടുകൂടിക്കിടക്കുന്ന തോമസിനെയാണ്. അയാൾ കിടുകിടുക്കുന്നുണ്ടായിരുന്നു. നല്ല ചൂടുണ്ട്. എല്ലാവരെയും മുന്നിൽ കണ്ടപ്പോൾ തോമസ് എഴുന്നേല്ക്കാൻ ശ്രമിച്ചെങ്കിലും അതിനയാൾക്കായില്ല.

ഊരിൽപലയിടത്തും മലമ്പനി പടർന്നുപിടിക്കുന്നുണ്ട്. പ്രാഥമികാരോഗ്യ കേന്ദ്രത്തിൽ വരുന്നവരുടെ എണ്ണം ദിനംപ്രതി കൂടുകയാണ്.

തോമസിന്?

മാധവന് അങ്കലാപ്പായി. അയാൾ വേഗം മുക്കാലിയിൽപോയി ഡോക്ടറെ കൊണ്ടുവന്നു. ഡോക്ടർ പരിശോധിച്ച് മരുന്നുകൊടുത്തു.

"വിശ്രമം വേണം.. സൂക്ഷിക്കണം."

ഡോക്ടർ പോയി.

മാധവൻ തന്റെ പ്രിയപ്പെട്ട സുഹൃത്തിന്റെ അരികെ ഇരുന്നു. തോമസ് അവശനായി മാധവന്റെ മുഖത്തുനോക്കി. താൻ കൊണ്ടുവന്ന കമ്പിളി മാധവൻ തോമസിനെ പുതപ്പിച്ചു. ഒരാഴ്ചകഴിഞ്ഞിട്ടും തോമസിന്റെ പനിക്ക് കുറവുണ്ടായില്ല. ശരീരം മെലിഞ്ഞു. മൂത്രത്തിൽ രക്തം കണ്ടു. കുളിരും വിറയലും കൂടെക്കൂടെ വന്നുകൊണ്ടിരുന്നു.

കുറേ ദിവസമായി മാധവൻ തോമസിന്റെ അരികെത്തന്നെയുണ്ട്. തന്റെ ശരീരത്തിന്റെ ഒരു ഭാഗം നഷ്ടപ്പെടാൻ പോവുകയാണോയെന്ന് ആശങ്ക മാധവനെ ദുഃഖത്തിലാഴ്ത്തി. അയാൾ തോമസിനെ പരിചരിച്ചുകൊണ്ട് സമീപത്തുതന്നെ നിന്നു.

കുളിരുമ്പോൾ തോമസിനെ കിടത്തി ചൂട് കൊടുക്കും. പനി കടുത്തപ്പോഴൊക്കെ തലയിൽ ഐസ് സഞ്ചിവച്ചോ ഇടയ്ക്കിടെ തണുത്ത വെള്ളത്തിൽ തുണി മുക്കിപ്പിഴിഞ്ഞ് തടവിയോ പനികുറച്ചു. ദ്രവരൂപത്തിലുള്ള ആഹാരമാണ് തോമസിന് കൊടുക്കുന്നത്.

അപ്പോഴൊക്കെ തോമസ് തന്നെ വിട്ടുപോവുകയാണോ എന്ന ഉൽക്കണ്ഠയാൽ അയാൾ നീറി. തോമസിന് എന്തെങ്കിലും സംഭവിച്ചാൽ. അതയാൾക്ക് ഓർക്കാൻ കൂടി പേടിയായി. തന്റെ ജീവിതത്തിന്റെ ഒരു ഭാഗമായിരുന്നു തോമസ്. ഹൃദയത്തിന്റെ ഒരു ഭാഗം. തോമസിന്റെ കുടുംബം തന്റെ കുടുംബമാണ്. ഒരു സമയത്ത് തന്റെ വിശപ്പ് ശമിപ്പിച്ചത് തോമസാണ്.

കാഞ്ഞിരപ്പള്ളി ചന്തയിൽ ചുമടെടുത്തുകിട്ടിയ നാണയത്തുട്ടുകൾകൊണ്ട് ഭക്ഷണം വാങ്ങി തന്റെ ജീവൻ നിലനിർത്തിയത് തോമസാണ്. തോമസിനെ ഈ മലയിലേക്ക് കൊണ്ടുവന്നത് താനാണ്. താൻമൂലം തോമസിന് തന്റെ അമ്മയെ നഷ്ടപ്പെടുകയും ചെയ്തു.

തോമസേ നിനക്കെന്തെങ്കിലും സംഭവിച്ചാൽ മറിയയേയും മക്കളേയും ഞാൻ എങ്ങനെയാണ് സമാശ്വസിപ്പിക്കുക.

ആദ്യം അമ്മ.... ഇപ്പോൾ തോമസും.... രണ്ടുപേരുടെയും മരണത്തിന് കാരണക്കാരൻ താനല്ലേ? മറിയയെയും മക്കളെയും ഈ കാട്ടിലേക്ക് വലിച്ചിഴച്ചത് താനല്ലേ. അവരുടെ മുന്നിൽ ഒരുകുറ്റവാളിയുടെ മുഖമല്ലേ തനിക്ക്. ഈ പാപഭാരം ഏറ്റെടുക്കാൻ എങ്ങനെയാണ് കരുത്തുണ്ടാവുക. മാധവന്റെ മനസ്സ് കുരുതിക്കളമായി.

ഒടുവിൽ ഭയപ്പെട്ടത് സംഭവിക്കുകതന്നെ ചെയ്തു. എല്ലാവരെയും ദുഃഖത്തിന്റെ കയത്തിൽ ആഴ്ത്തിക്കൊണ്ട് തോമസ് ഈ ലോകത്തോട് വിടചൊല്ലി.

തന്റെ കരുത്ത് മുഴുവൻ ചോർന്നുപോയതുപോലെ മാധവന് തോന്നി. ഈ നഷ്ടം തന്നെ ഏറെക്കാലം വേട്ടയാടുമെന്ന് മാധവൻ അറിഞ്ഞു.

അമ്മച്ചിയുടെ അടുത്തുതന്നെ തോമസിനെയും അടക്കി.

തളരരുത്... തളർന്നാൽ രണ്ട് കുടുംബങ്ങൾ തളരും..... അവർക്കിനി ആരാ ഉള്ളത് മാധവനല്ലാതെ.

ആരോ ഉള്ളിലിരുന്ന് ഓർമ്മിപ്പിച്ചുകൊണ്ടിരുന്നു.

ഇരുപത്

തോമസിന്റെ മരണം അക്ഷരാർത്ഥത്തിൽ മറിയയ്ക്ക് ഒരാഘാത മായിരുന്നു. ജീവിതം അർത്ഥശൂന്യമായതുപോലെ അവൾക്ക് തോന്നി. തോമസിനെ ആദ്യം കണ്ടുമുട്ടിയതു മുതൽക്കുള്ള സംഭവങ്ങൾ അവ ളുടെ മനോമുകുരത്തിൽ തെളിഞ്ഞു.

ആദ്യം അമ്മച്ചിയുടെ മുഖമാണ് മുന്നിലെത്തിയത്.

മേരി; നാട്ടുകാർക്ക് മേരിപ്പെമ്പിള. മേരിപ്പെമ്പിള എവിടുത്തുകാരി യാണെന്ന് നാട്ടുകാർക്കറിയില്ല. മേരിപ്പെമ്പിളയും കൈക്കുഞ്ഞും പതി ന്നാലാം വയലിലെ പുറമ്പോക്കിലുള്ള കുടിലിൽ താമസമുണ്ടെന്നുമാത്രം അറിയാം. സുന്ദരിയായിരുന്നു മേരിപ്പെമ്പിള.

ആരെയും കൂസാത്ത പ്രകൃതി. വട്ടമുഖത്തെ തിളക്കമാർന്ന വലിയ കണ്ണുകളും തുള്ളിക്കളിക്കുന്ന എന്തിനുംപോന്ന നെഞ്ചും നടക്കുമ്പോൾ വേണ്ടതിലധികം ഇളകുന്ന നിതംബവും കാണികൾക്ക് പൂരക്കാഴ്ച യാണ്.

ഒക്കത്തിരിക്കുന്ന പെൺകുഞ്ഞിന്റെ തന്ത ആരെന്ന് ആരെങ്കിലും ചോദിച്ചാൽ മേരിപ്പെമ്പിളയുടെ മട്ട് മാറും.

'തന്തയില്ലാതെ കുഞ്ഞുണ്ടാകുമോ.....' എന്ന് ഒരു മറുചോദ്യം ചോദി ക്കുന്നവരുടെ നേർക്ക് എറിഞ്ഞ് മേരിപ്പെമ്പിള കൂസലെന്യേ കടന്നുപോ കും.

സംശയം തീർന്നില്ലെന്നമട്ടിൽ ആരെങ്കിലും പിറകെ കൂടിയാൽ ഏങ്കോണിച്ച ഒരു ചിരി മുഖത്ത് പടർത്തി മേരിപ്പെമ്പിള തിരിഞ്ഞു നില്ക്കും.

"കളി അധികം... വേണ്ടാട്ടോ."

പൊടുന്നനവേ മേരിയുടെ മുഖം മങ്ങും.

കണ്ണുകളിൽ തീ പാറും. അതോടെ ആ രംഗത്തിന് തിരശ്ശീല വീഴും. മേരിയും കുഞ്ഞും വെളുപ്പിനേ കുടിലുപൂട്ടി ഇറങ്ങിയതാണ്. തിരിച്ചെ ത്തുമ്പോൾ ഇരുൾ വീണിരിക്കും. ആദ്യം ചാക്കോച്ചന്റെ വീട്ടിലാണ്. തലേ ന്നത്തെ എച്ചിൽപ്പാത്രങ്ങൾ മേരിയെയും കാത്ത് തളത്തിൽ കിടപ്പുണ്ടാ കും.

മറിയക്കുഞ്ഞിനെ ഒക്കത്തുനിന്നിറക്കി തിണ്ണയിൽ കിടത്തി അപക ടമില്ലാത്ത ഏതെങ്കിലും ചെറിയ സ്റ്റീൽ പാത്രമെടുത്ത് കുഞ്ഞിന്റെ കൈയിൽപിടിപ്പിച്ച് മേരി എച്ചിൽപ്പാത്രവുമായുള്ള ഗുസ്തി ആരംഭിക്കും.

ഗുസ്തി തീരുമ്പോഴേക്കും മുഷിഞ്ഞ വസ്ത്രങ്ങളുടെ കൂമ്പാരം മുന്നിൽ എത്തിയിട്ടുണ്ടാകും. എല്ലാം കഴിഞ്ഞ് ചാക്കോച്ചന്റെ ഭാര്യ കത്രീന നല്കുന്ന ഇഡ്ഡലിയും സാമ്പാറും അകത്താക്കി കുഞ്ഞിനെയും എടുത്ത് തോളിലിട്ട് അടുത്ത യാത്ര ആരംഭിക്കും.

അടുത്ത ഊഴം അഹമ്മദ് മുസല്യാരുടെ കോട്ടേജാണ്. മുസല്യാരുടെ തൊഴുത്തിലെ ആട്, മാട്, എരുമകൾ. മേരിയുടെ തലവെട്ടം കണ്ടാൽ അമറാൻ തുടങ്ങും.

എല്ലാംകൂടി പത്ത് നൂറെണ്ണം വരും. കുറേ താറാവും കോഴിയും വേറെയും. മുസല്യാരുടെ പ്രധാന കൃഷിയാണിത്. തൊഴുത്ത് വൃത്തിയാക്കി പുറത്ത് വെള്ളമൊഴിച്ച് തീറ്റയും കൊടുത്ത് പുറത്തു കടക്കുമ്പോഴേക്കും ഇരുള് വീണിരിക്കും.

മുസല്യാരുടെ ഒരകന്ന ബന്ധുകൂടിയായ ഉസ്മാൻ സഹായിക്കാനെന്ന മട്ടിൽ തട്ടീം മുട്ടീം ഒക്കെ തൊഴുത്തിൽ വട്ടം ചുറ്റി നടക്കുന്നത് മേരിയെ ചൊടിപ്പിക്കും.

"മേരി... നിന്നെ ഞാൻ കെട്ടിയാലോ."

"അത് വേണ്ടെന്റുസ്മാനേ.."

"കാര്യമായിട്ടാ മേരി."

"എനിക്കൊരുത്തനുണ്ടല്ലോ."

"അത് കള്ളം."

"എന്റെ കുഞ്ഞ്."

"അതിന് ഭർത്താവ് വേണമെന്നില്ലല്ലോ."

"ഛീ.... പോടാ."

മേരിയുടെ ജ്വലിക്കുന്ന നോട്ടത്തിനുമുന്നിൽ ഉസ്മാന്റെ ഇളിഭ്യച്ചിരി പമ്പ കടക്കും.

മറിയ ഓർത്തു. ഒരിക്കൽപ്പോലും അച്ഛനാരെന്ന് അമ്മ പറഞ്ഞിട്ടില്ല. ഒരിക്കൽ ചോദിക്കുകതന്നെ ചെയ്തു.

അമ്മ അകലെ എവിടെയോ കണ്ണയച്ച് വളരെനേരം കരഞ്ഞു. പ്രായപൂർത്തിയായ മകളെ കണ്ണീരിൽ കുളിപ്പിച്ചുകൊണ്ട് പതുക്കെ മന്ത്രിച്ചു.

"എന്റെ പൊന്നുമോളേ. നീയതറിയേണ്ട... നീയതറിയേണ്ട.. മോടമ്മയുടെ ഒരു കുസൃതിയാണെന്ന് കരുത്യാമതി."

മേരി ഓർക്കും. എപ്പോഴും ഒരു 'ഇര'യാവാൻ വിധിക്കപ്പെട്ടവളാണ് തെരുവിലേക്ക് വലിച്ചെറിയപ്പെട്ട ഓരോ പെൺകുട്ടിയും. പക്ഷേ, മകളുണ്ടായതിനുശേഷം മേരി ജോലിയെടുത്താണ് മകളെ വളർത്തിയത്! ഇതിനിടയിൽ എന്തെല്ലാം അനുഭവിച്ചു.

അമ്മ ഒരു ആസ്ത്മാ രോഗിയെപ്പോലെ കിതച്ചു. നെഞ്ചിൻകൂട് ഉയർന്നുതാണു. എന്റെ മോളെക്കുറിച്ചുള്ള വേദനയേ ഇപ്പോഴുള്ളൂ.

തോമസിന് അമ്മച്ചിയേയുള്ളൂ. അമ്മച്ചിയും തോമസും കൂടിയാണ് വീട്ടിൽ വന്നത്. മൂന്ന് സെന്റ് സ്ഥലത്ത് ഒരു കൊച്ചുവീടും കൂലിവേല

എടുത്താണ് ജീവിതം. തോമസിന്റെ അമ്മച്ചിയുടെ ആഗ്രഹപ്രകാരം പള്ളിയിൽവെച്ചായിരുന്നു കെട്ട്.

മേരി മരിക്കുമ്പോൾ മറിയ ഗർഭിണിയാണ്. ലിസിയെ... ആറുമാസം.

പിന്നെ ഭൂമിയിൽ സ്വന്തമെന്ന് പറയാൻ തോമസും തോമസിന്റെ അമ്മച്ചിയും. ഒരിക്കലും തോമസ് വേദനിപ്പിച്ചിട്ടില്ല.

ഉള്ളത് ഓണംപോലെ. വേണ്ടുവോളം സ്നേഹവും കാരുണ്യവും തന്നു.

മാധവൻ വിളിക്കുന്നുവെന്ന് തോമസ് പറഞ്ഞപ്പോൾ എതിര് പറയാനായില്ല. മാധവന്റെ മനസ്സിന്റെ നന്മ മുൻപ് തന്നെ അനുഭവിച്ചിട്ടുള്ളതാണ്. അങ്ങനെയാണ് ഈ വനത്തിൽ വന്നത്. ഇപ്പോൾ തോമസും കൂടൊഴിഞ്ഞിരിക്കുന്നു.

സഹിക്കാനാവുന്നില്ല. ലിസി കെട്ടുപ്രായം കവിഞ്ഞ്....

മാധവനും ദേവകിയും കൈവിടില്ലെന്ന് മറിയയ്ക്കറിയാം. എന്നാലും തോമസില്ലാതെ.

ഒരു നിസ്സഹായാവസ്ഥയിലേക്ക് മറിയ എടുത്തെറിയപ്പെട്ടു.

ഇരുപത്തിയൊന്ന്

മുഹമ്മദിന്റെ ഇൻസ്റ്റിറ്റ്യൂട്ടിൽ ഇരുന്നാൽ കിഴക്കൻ മലമടക്കുകളെ തഴുകിത്തലോടി മഞ്ഞുറയുന്ന കാഴ്ച കാണാം.

ആകാശനീലിമയെ ഉമ്മവയ്ക്കുന്ന ഈ ദൃശ്യചാരുത കണ്ണ് ചിമ്മി തുറക്കും മുന്നേ ഓടിമറയും. മഞ്ഞ് പെയ്തിറങ്ങിയ സ്ഥാനത്ത് ഇരുൾ മൂടും. കാടിന്റെ ഗഹ്വരങ്ങളിൽനിന്ന് ഇരുൾച്ചിറകുകൾ ഇറങ്ങിവരും. അനന്യമായൊരു ആശങ്ക മനസ്സിനെ ആവരണം ചെയ്യും.

കുറെ ദിവസമായി മുഹമ്മദ് ലിസിയെ ശ്രദ്ധിക്കുന്നുണ്ട്. തോമസിന്റെ മരണശേഷം അവളാകെ മാറിയതുപോലെ. ടൈപ്പ് കഴിഞ്ഞാലും കുറച്ചുനേരംകൂടി മറ്റുള്ളവരുടെ സംശയങ്ങൾ നിവർത്തിച്ചുകൊണ്ട് ലിസി ഇൻസ്റ്റിറ്റ്യൂട്ടിൽ നില്ക്കുക പതിവാണ്. ഈയിടെയായി ആ പതിവില്ല. ഉടൻ സ്ഥലം വിടും. പലതും പറഞ്ഞ് മറ്റുള്ളവരെ രസിപ്പിച്ചിരുന്ന ലിസി ഇപ്പോൾ ചോദിച്ചാൽ മാത്രം എന്തെങ്കിലും പറഞ്ഞെന്നുവരുത്തി മുഖം തിരിക്കും.

“ലിസി എന്താണിങ്ങനെ?”

“എങ്ങനെ.”

“ഞാൻ ശ്രദ്ധിക്കുന്നില്ലെന്നാണോ ലിസി കരുതിയത്.”

“പഴയപ്രസരിപ്പും ചൊടിയും എവിടെപ്പോയി.”

“കൊച്ചുവർത്താനം നിർത്തിയോ... ഞങ്ങളെയൊക്കെ മറന്നപോലെ.”

ശരിയാണ് മുഹമ്മദ് പറഞ്ഞത്. ലിസി ആലോചിച്ചു. തനിക്കെന്തോ സംഭവിച്ചിരിക്കുന്നു. ലിസി ടൈപ്പ് റൈറ്റിങ്ങിന്റെ കീബോർഡിൽ യാന്ത്രി

കമായി കൈകൾ ചലിപ്പിച്ചുകൊണ്ടിരുന്നു. മുഹമ്മദ് ഡസ്കിൽ കൈമുട്ടുന്ന ലിസിയുടെ മുഖത്തുനിന്ന് കണ്ണെടുക്കാതെ അല്പനേരം നിന്നു.

അവരുടെ കണ്ണുകൾ തമ്മിലിടഞ്ഞു. ലിസിയുടെ കണ്ണുകൾ ജലാർദ്രങ്ങളായി. കവിളിലെ കണ്ണീർച്ചാലുകൾ തുടയ്ക്കാൻ മുഹമ്മദ് കൈലേസെടുത്തെങ്കിലും ആരോ വിലക്കിയതുപോലെ പെട്ടെന്ന് കൈ പിൻവലിച്ചു.

മുഹമ്മദ് മനസ്സിൽ ഓർത്തു. ലിസി കൂടുതൽ സുന്ദരിയായിരിക്കുന്നു. അല്പനേരത്തിനുശേഷം ലിസി നോട്ട് ബുക്കെടുത്ത് പുറത്തിറങ്ങി.

മുഹമ്മദിന്റെ മുഖത്ത് നോക്കാൻ അവൾ അശക്തയായതുപോലെ.

"പോട്ടെ." എന്നു മാത്രം പറഞ്ഞ് അവൾ നടന്നു.

ലിസി കണ്ണിൽനിന്ന് മറയുവോളം മുഹമ്മദ് അവിടെനിന്നു. ആശങ്കയുടെ മുൾമുനയിലായിരുന്നു മുഹമ്മദിന്റെ മനസ്സ്. അപ്പോൾ ലിസിക്ക് എന്താണ് സംഭവിച്ചത്. ഏതോ പ്രശ്നം അവളെ അലട്ടുന്നുണ്ട്. തന്നോട് പറയാൻ പാടില്ലാത്തതാണോ അത്. ഏത് കാര്യവും തന്റെ മുന്നിൽ മനസ്സ് തുറക്കാറുണ്ട് ലിസി.

മുഹമ്മദിന്റെ മനസ്സ് ഇപ്പോൾ ഊഞ്ഞാലുപോലായി. ഒരിടത്ത് നില്ക്കുന്നില്ല.

ആദ്യകാഴ്ചയിൽത്തന്നെ ലിസിയിൽ എന്തോ പ്രത്യേകത താൻ കണ്ടു. തോമസും മാധവനും കൂടിയാണ് അവളെ ഇൻസ്റ്റിറ്റ്യൂട്ടിൽ കൊണ്ടുവന്നത്.

ഒറ്റനോട്ടത്തിൽത്തന്നെ താൻ തേടിയതെന്തോ കാലിൽ ചുറ്റിയ പ്രതീതി. അവളുടെ മുഖത്തുകണ്ട ശാലീനത മനസ്സിൽകൊണ്ടു. അവളുടെ നിഷ്കളങ്ക ചലനങ്ങൾ ഹൃദയം കവർന്നു. അത് ഒരാത്മബന്ധമായി വളരുകയും ചെയ്തു.

വനത്തിന്റെ നെറുകയിൽ ഒരു കൊച്ചുവീട്. അവിടെ ഒരു രാജാവും റാണിയുമായി ഒരു രണ്ടാം ജന്മം. ഒരിക്കൽ നിഷേധിക്കപ്പെട്ട ഒരു ജീവിതം തിരിച്ചുപിടിക്കാനുള്ള മനസ്സിന്റെ അദമ്യ മോഹം. കുടുംബം, ബന്ധുക്കൾ, അയൽക്കാർ, സ്നേഹിക്കാനും സ്നേഹിക്കപ്പെടാനും കാടിന്റെ മൗനത്തിൽ സ്വർണ്ണനൂൽകൊണ്ട് നെയ്തെടുത്ത കുറേ സ്വപ്നങ്ങൾ.

എല്ലാം നഷ്ടപ്പെടുകയാണോ! മുഹമ്മദിന്റെ മനസ്സ് കുരുതിക്കളമായി.

വീട്ടിലേക്കുള്ള വഴിയിൽ ലിസി ആലോചിച്ചതും മുഹമ്മദിനെക്കുറിച്ചായിരുന്നു.

രണ്ടുവർഷത്തെ പരിചയമേ മുഹമ്മദുമായുള്ളൂ. ഉള്ളുതുറന്ന് സംസാരിക്കുന്ന മുഹമ്മദിനെയാണ് അവൾ ആദ്യം ഇഷ്ടപ്പെട്ടത്.

അധികം സംസാരമില്ല. സംസാരിക്കുന്നതോ താൻ അനുഭവിച്ച തീവ്രവ്യഥകളും. ഏറെ മുറിവുകളുടെ വടുക്കൾ ഉണങ്ങാതെ മുഹമ്മദിന്റെ ഉള്ളിൽ ഇപ്പോഴും സൂക്ഷിക്കുന്നുണ്ടെന്ന് അവൾ മനസ്സിലാക്കിയിട്ടുണ്ട്. അയാൾ അനുഭവിച്ച മുറിവുകളുടെ കുത്തൊഴുക്ക് മറ്റൊരു രീതിയിൽ

ഒരളവോളം താനും അനുഭവിച്ചിട്ടുണ്ട്. മുഹമ്മദിനെപ്പോലെ താൻ പങ്കു വച്ചിട്ടില്ലെന്നുമാത്രം.

രണ്ടുപേരും അക്കാര്യത്തിൽ തുല്യദുഃഖിതരാണ്. ജീവിതത്തിന്റെ പുറംമ്പോക്കിൽനിന്ന് പിടഞ്ഞെഴുന്നേറ്റവർ. ആ സമാനതയല്ലേ മുഹമ്മദുമായി അടുക്കാൻ പ്രേരകമായത്. അപ്പോഴും ഒരകലം സൂക്ഷിക്കാൻ രണ്ടുപേർക്കും കഴിഞ്ഞിരുന്നു.

വേറിട്ടൊരു പുരുഷനെയാണ് മുഹമ്മദിൽ അവൾക്ക് കാണാനായത്.

"ലിസിക്ക് എന്നെ ഇഷ്ടമാണോ...." ഒരിക്കൽ മുഹമ്മദ് ചോദിച്ചു. നീണ്ട മൗനമായിരുന്നു മറുപടി. മുഹമ്മദിന്റെ ആ ചോദ്യത്തിന് ഇന്നും ഒരുത്തരം നല്കാൻ തനിക്ക് കഴിഞ്ഞിട്ടില്ല.

പക്ഷേ, മുഹമ്മദിന്റെ സാമീപ്യം നല്കുന്ന സുരക്ഷിതബോധം ജീവിതകാലം മുഴുവൻ അനുഭവിക്കാൻ മനസ്സ് കൊതിച്ചില്ലേ?

തീർച്ചയായും... തീർച്ചയായും... മുഹമ്മദിനെ എനിക്കിഷ്ടമാണ്.

അപ്പച്ചനുണ്ടായിരുന്നെങ്കിൽ? അമ്മച്ചി ഇതറിഞ്ഞാൽ എങ്ങനെയായിരിക്കും പ്രതികരിക്കുക?

മനസ്സിന് ഒരാശ്വാസമായിരുന്നു അപ്പച്ചൻ.

ഒരാഗ്രഹത്തിനും അപ്പച്ചൻ എതിരുനിന്നിട്ടില്ല.

മുഹമ്മദ് ഒരന്യമതസ്ഥനാണ്. അമ്മച്ചി അതനുവദിക്കുമോ? അമ്മച്ചിയെ വേദനിപ്പിക്കാൻ തനിക്ക് കഴിയില്ല.

മാധവേട്ടനും ദേവകിച്ചേച്ചിയും ഇതറിഞ്ഞാൽ എന്ത് നിലപാടായിരിക്കും സ്വീകരിക്കുക. ഇനി ആകെയുള്ളൊരു ആശ്രയം അവരാണ്.

അപ്പച്ചന്റെ സ്ഥാനത്താണ് മാധവേട്ടൻ. മാധവേട്ടൻകൂടി മറുത്ത് ചിന്തിച്ചാൽ? ആലോചിച്ചാലോചിച്ച് വീട്ടിലെത്തിയത് ലിസി അറിഞ്ഞില്ല. വാതില്ക്കൽ അവളെയും കാത്ത് മറിയ.

മറിയ ഇപ്പോൾ അങ്ങനെയാണ്. ലിസി പോയാൽ മടങ്ങി വരുവോളം മറിയയുടെ കണ്ണ് കഴച്ചുകൊണ്ടിരിക്കും.

ഇരുപത്തിരണ്ട്

തോമസിന് രണ്ടുമക്കളായിരുന്നു. മൂത്തത് ലിസി. മല്ലികയേക്കാൾ നാലഞ്ച് വയസ്സിന് മൂപ്പുണ്ട്. പത്താംതരംവരെ പഠിച്ചു. ടൈപ്പ് റൈറ്റിങ്ങും ഷോർട്ട് ഹാൻഡും പാസായി. ഇളയ സഹോദരൻ റജി പഠിക്കുകയാണ്. തോമസിന്റെ മരണംമൂലം ആ കുടുംബം അനാഥമാവാൻ പാടില്ല. തന്റെ മക്കളെപ്പോലെയാണ് അവരും. മാധവനറിയാം. മറിയയുടെ ചിന്ത മുഴുവനും ഇപ്പോൾ ലിസിയെക്കുറിച്ചാണ്. കെട്ടുപ്രായം കഴിഞ്ഞ പെണ്ണ് വീട്ടിലുണ്ടെങ്കിൽ ഏതൊരമ്മയുടെയും മനസ്സ് ഉമിത്തീയാവും.

"പെണ്ണിന്റെ കാര്യം ആലോചിക്കുമ്പോഴാ... ഒരു സമാധാനവും ഇല്ല..."

"ഒക്കെ നേരെയാവും മറിയാ... അവർ ഞങ്ങളുടെയും മക്കളല്ലേ." മാധവൻ ആശ്വസിപ്പിക്കും.

"ലിസിയുടെ വിവാഹം എത്രയും വേഗം നടത്തണം. അവൾക്ക് അനുരൂപനായ ഒരു വരനെ കണ്ടെത്തണം. എങ്കിലേ മറിയയുടെ മനസ്സ് കുറച്ചെങ്കിലും ആശ്വാസമാകൂ."

"ശരിയാ. ഞാനും അതാലോചിക്കുകയായിരുന്നു.... മറിയ എപ്പോഴും അതു പറയും."

ദേവകി മാധവൻ പറഞ്ഞത് ശരിവെച്ചു.

കാടാണ്... ഏറെ വീടുകളൊന്നും ഊരിലില്ല... ഒരു പയ്യനെ കണ്ടെത്തുക, അത്ര എളുപ്പമല്ല. കാര്യം പലരോടും സൂചിപ്പിച്ചു. അങ്ങനെയാണ് ഒരു ചെറുപ്പക്കാരനെ കണ്ടെത്തുന്നത്.

ആള് തെക്കൻ തിരുവിതാംകൂറുകാരനാണ്. താലൂക്ക് ഓഫീസിൽ ജോലിയുണ്ട്. ആദ്യമായി കിട്ടിയ ജോലി. ആറുമാസമേ ആയുള്ളൂ.

അച്ഛന്റെയും അമ്മയുടെയും ഏക മകൻ. നാട്ടിലേക്ക് ഒരു ട്രാൻസ്ഫർ കിട്ടുക എളുപ്പമല്ല. കുറേനാൾ ഊരിൽ കഴിയേണ്ടിവരും. ഓഫീസിൽ തന്നെ സൗകര്യം ഒരുക്കി കഴിയുകയാണ്.

ഒരവധിദിവസം വൈകുന്നേരമാണ് ചെറുപ്പക്കാരനെയുംകൂട്ടി മാധവൻ വന്നത്. ലിസിയും ചെറുപ്പക്കാരനും പരസ്പരം കണ്ടു.

ചെറുപ്പക്കാരന് ലിസിയെ ഇഷ്ടപ്പെട്ടു.

"ലിസിക്ക് എല്ലാംകൊണ്ടും ചേരും... ഒരു ജോലിയുമുണ്ട്." ദേവകി പറഞ്ഞു.

നാട്ടിൽപോയി അപ്പനെയും അമ്മച്ചിയെയും കൂട്ടിക്കൊണ്ട് വരാമെന്ന് പറഞ്ഞാണ് ആ കൂടിക്കാഴ്ച അവസാനിച്ചത്.

എന്നാൽ ലിസി ഒന്നും പറയുകയുണ്ടായില്ല. മുഖത്തും വലിയ പ്രസരിപ്പു കണ്ടില്ല. നാണംകൊണ്ടാവും എന്ന് മാധവൻ കരുതി.

എങ്കിലും..

മാധവന്റെ ആശങ്ക അസ്ഥാനത്തായില്ല. അടുത്ത ദിവസം മറിയ വന്നപ്പോഴാണ് കാര്യത്തിന്റെ കിടപ്പ് ശരിയായ വഴിക്കല്ലെന്ന് ബോദ്ധ്യപ്പെട്ടത്.

ദേവകിയും മറിയയും സംസാരിച്ചുകൊണ്ട് നില്ക്കുമ്പോഴാണ് മാധവൻ കയറി വന്നത്. അവരുടെ സംസാരം ലിസിയെക്കുറിച്ചാണെന്ന് അയാൾക്ക് മനസ്സിലായി.

"ലിസിക്ക് എന്തോ..."

മാധവനെ കണ്ടപ്പോൾ ദേവകിയാണ് തുടങ്ങിയത്.

"എന്ത്.."

"അവളൊന്നും തുറന്നുപറയുന്നില്ല."

"അവളുടെ ഭാവോം പടുതിയും കണ്ടപ്പോൾ സംശയിക്കാതിരുന്നില്ല."

മറിയ ഇടയിൽക്കയറി പറഞ്ഞു.

മാധവനും ചിലത് ഇതിനകം കേട്ടിരുന്നു; ഊഹിച്ചിരുന്നു. അതൊക്കെ പിള്ളേരുകളിയാണെന്നേ അയാൾ കരുതിയുള്ളൂ....

ഇപ്പോൾ...?

"ചോദിച്ചു ചോദിച്ചു വന്നപ്പോൾ മുക്കീം മൂളീം ചിലത് പറഞ്ഞു.... ആ ടൈപ്പ് റൈറ്റിങ് ഇൻസ്റ്റിറ്റ്യൂട്ട് നടത്തുന്ന പയ്യനാ..."

മറിയ പറഞ്ഞു.

"മുഹമ്മദോ.."

"ങാ! അതുതന്നെ."

"അറിയാമോ."

"നല്ല പയ്യനാ.. ആളുകൾക്കെല്ലാം വലിയ കാര്യമാ... തിരുവനന്തപുരത്ത് എവിടെയോ ആണ് വീട്.... ഊരിലെത്തിയിട്ട് കുറേ വർഷങ്ങളായി... ഇൻസ്റ്റിറ്റ്യൂട്ടിനോട് ചേർന്നുള്ള കെട്ടിടത്തിലാണ് താമസം.

"എന്തായാലും മാധവൻതന്നെ ലിസിയോട് ഒന്നു ചോദിക്കൂ."

മറിയ പറഞ്ഞു.

ദേവകിയും അത് ശരിവച്ചു.

"പക്ഷേ..."

"എന്ത് പക്ഷേ.."

"മുഹമ്മദ്?"

മറിയയ്ക്ക് മാധവൻ പറഞ്ഞത് മനസ്സിലായി.

"ഓ... അതൊന്നും കാര്യമാക്കണ്ട. അവർക്ക് പരസ്പരം ഇഷ്ടമാണെങ്കിൽ."

"രണ്ടു വിഭാഗത്തിൽ.."

"ഓ... എന്ത് മതം.. ചെറുപ്പത്തിൽ പള്ളീലൊക്കെപോയ ഓർമ്മയുണ്ട്.. തോമസിന്റെകൂടെ കൂടിയിട്ട് വർഷങ്ങളെത്രയായി. പള്ളിയും പട്ടക്കാരുമൊന്നും കൂടില്ലായിരുന്നു. തോമസിനും അങ്ങനെതന്നെയായിരുന്നു. അദ്ധ്വാനിച്ച് ജീവിക്കുന്നതിനിടയിൽ മറ്റൊന്നിനും നേരമുണ്ടായിരുന്നില്ല. എല്ലാ ദൈവവും നമ്മുടെ മനസ്സിലുണ്ടല്ലോ."

മറിയയുടെ വാക്കുകൾ മാധവനെ അത്ഭുതപ്പെടുത്തി. മറിയയോട് ആദരവും സന്തോഷവും തോന്നി. താൻ വിചാരിച്ചതിനേക്കാൾ മറിയയുടെ മനസ്സ് വിശാലമാണെന്ന് മാധവൻ മനസ്സിലാക്കി. മനുഷ്യനായി ജീവിക്കാൻ ഒരു മതത്തിന്റെയും ആവശ്യമില്ലെന്ന് അനുഭവത്തിലൂടെ അറിഞ്ഞവനാണല്ലോ മാധവൻ.

വിശപ്പാണ് പ്രശ്നം. വിശക്കുന്നവന്റെ മുന്നിൽ ഈശ്വരൻപോലും ഭക്ഷണത്തിന്റെ രൂപത്തിലാണ് വരികയെന്ന് എവിടെയോ കേട്ടത് മാധവന് അപ്പോൾ ഓർമ്മ വന്നു.

ഇരുപത്തിമൂന്ന്

ആദ്യം മുഹമ്മദിനെ കാണാനാണ് മാധവൻ തീരുമാനിച്ചത്. മുൻപ് പലതവണ മുഹമ്മദുമായി ബന്ധപ്പെട്ടിട്ടുണ്ട്. സഹകരണസംഘ രൂപീകരണ യോഗത്തിൽ അയാളുണ്ടായിരുന്നു.

പൊടുന്നനവെ മാധവനെ മുന്നിൽക്കണ്ടപ്പോൾ മുഹമ്മദിന്റെ മുഖത്ത് ജാള്യം അനുഭവപ്പെടാതിരുന്നില്ല. ഇരിപ്പിടത്തിൽനിന്ന് വേഗം എഴുന്നേറ്റ് മാധവൻ കസേര കൊടുത്തു.

ഇൻസ്റ്റിറ്റ്യൂട്ടിൽ കുറേ കുട്ടികൾ ടൈപ്പ് ചെയ്യുന്നുണ്ട്. മുഹമ്മദിനെയും കൂട്ടി മാധവൻ പുറത്തിറങ്ങി. വൃക്ഷത്തിന്റെ തണലിലേക്കാണ് അവർ നടന്നത്. സഹകരണസംഘത്തിന്റെ പ്രവർത്തനങ്ങളെക്കുറിച്ച് പറഞ്ഞുകൊണ്ടായിരുന്നു തുടക്കം.

മാധവേട്ടന് കാര്യമായെന്തോ തന്നോട് സംസാരിക്കാനുണ്ടെന്നു മുഹമ്മദ് ഊഹിക്കാതിരുന്നില്ല.

"ലിസിയുമായി മുഹമ്മദിന് എന്താ ബന്ധം..."

എടുത്തടിച്ചപോലെയായിരുന്നു മാധവന്റെ ചോദ്യം മുഹമ്മദ് അല്പം പരിഭ്രമിച്ചെന്ന് തോന്നുന്നു. പെട്ടെന്നൊരു ഉത്തരം പറയാൻ അയാൾക്കായില്ല. മുഹമ്മദ് മാധവന്റെ മുഖത്ത് കണ്ണുനട്ടുനിന്നു.

"പറയൂന്നേ."

ചിരിച്ചുകൊണ്ടാണ് മാധവൻ നിർബ്ബന്ധിച്ചത്.

"ലിസിയെ ഇഷ്ടാണ്.."

"ഇഷ്ടമെന്നാൽ.."

വീണ്ടും മൗനം.

"ഞങ്ങൾ സ്നേഹത്തിലാണ്.."

"സ്നേഹം എന്നാൽ.."

മാധവൻ മുഹമ്മദിന്റെ മുഖത്തുറ്റു നോക്കി.

മുഹമ്മദിന് അല്പംപോലും ആലോചിക്കേണ്ടി വന്നില്ല.

"ഞങ്ങൾ ഒരുമിച്ച് ജീവിക്കാൻ ആഗ്രഹിക്കുന്നു."

മാധവൻ മുഹമ്മദിന്റെ മുഖത്തുനോക്കി കുറേനേരം അങ്ങനെനിന്നു.

സങ്കോചം കൂടാതെ തുറന്നുസംസാരിക്കാൻ മുഹമ്മദ് കാണിച്ച തന്റേടത്തെ മാധവൻ മനസ്സിൽ അഭിനന്ദിച്ചു. മുഹമ്മദിന്റെ മുഖത്തു കണ്ട ആത്മവിശ്വാസം മാധവന് ആശ്വാസമായി.

"മുഹമ്മദും ലിസിയും."

മാധവന്റെ വാക്കുകളിലെ സൂചന മുഹമ്മദിന് മനസ്സിലായി. അയാൾ പറഞ്ഞു.

"ഈ ഊരിൽവന്നിട്ട് പതിമൂന്ന് വർഷം കഴിയുന്നു. ഒരു തൊഴിൽ എടുത്ത് ജീവിക്കുന്നു. അതിനപ്പുറം ഒന്നുമില്ല. ഞാൻ ഒരു മനുഷ്യനാണ്

കുട്ടിക്കാലത്ത് ഓത്ത് പഠിക്കാൻ പള്ളിപ്പറമ്പിൽപ്പോയ ഓർമ്മയുണ്ട്. മതവും പള്ളിയുമൊക്കെ ജീവിതത്തിൽനിന്നും വളരെ അകലെയായിരുന്നു.”

“ബാപ്പയ്ക്കും ഉമ്മയും മറ്റും ഇത് ഇഷ്ടമാവുമോ?”

മാധവന് ചോദിക്കാതിരിക്കാൻ കഴിഞ്ഞില്ല.

ഉമ്മയെയും ബാപ്പയെയുംകുറിച്ചുള്ള ഓർമ്മപ്പെടുത്തൽ മുഹമ്മദിനെ കുറച്ചുനേരത്തേക്കെങ്കിലും മൗനത്തിലാഴ്ത്തി.

അയാൾ വികാരാധീനനായി. എപ്പോഴും മറക്കാൻ ആഗ്രഹിക്കുന്ന ഒരു മുറിവിന്റെ നീറിപ്പിടിക്കുന്ന വേദന വീണ്ടും അയാളനുഭവിച്ചു. ബാലകൗമാരത്തിന്റെ നീറുന്ന ഒരനുഭവം. അനന്തമായ കടലും കടൽക്കരയിലെ കൊച്ചുവീടും ഒരിക്കൽക്കൂടി അയാളുടെ മുന്നിലേക്ക് ഓടിക്കയറി.

പിച്ചവെച്ചുനടന്ന കടൽത്തീരം. കൂട്ടുകാരുമൊത്ത് ഓടിക്കളിച്ച മണൽത്തരികൾ. തിരകളിൽ മുങ്ങിയും പൊങ്ങിയും തിരയെ പുണർന്നും പിറന്നപടി നീരാടിയ സായംസന്ധ്യകൾ. തീരംതോറും അലഞ്ഞ് പെറുക്കിയ കക്കകൾ ഉപയോഗിച്ച് നിർമ്മിച്ച ദൈവങ്ങളുടെ രൂപങ്ങൾ.

മനസ്സിലെ സ്വപ്നങ്ങൾ പൂഴിമണ്ണിൽ തീർത്ത് ജേതാവിനെപ്പോലെ കൈകൊട്ടി ആർത്തുവിളിച്ച നിമിഷങ്ങൾ. പതഞ്ഞൊഴുകുന്ന തിരമാലകൾ ചിരിച്ചുകൊണ്ട് എല്ലാറ്റിനേയും നിമിഷനേരംകൊണ്ട് നക്കിത്തുടയ്ക്കുമ്പോൾ നിസ്സഹായതയോടെ വിതുമ്പുന്ന ഹൃദയവുമായി നിന്ന നാളുകൾ... എല്ലാം ഒരു ചലച്ചിത്രത്തിലെന്നവണ്ണം മുഹമ്മദിന്റെ മനസ്സിൽ നിരന്നു.

വള്ളവും വലയുമായി കടലിൽ പോകുന്നവരുടെ കൂടെ ബാപ്പയുണ്ടാകും. വാടകയ്ക്ക് എടുത്തതാവും വള്ളം. ആഴക്കടലിൽ പൊന്നുവാരാൻ പോകുന്നവർ. ആശയം കൊള്ളാം.

പക്ഷേ, പൊന്നുമായി മടങ്ങുന്നവരുടെ ദാരിദ്ര്യം ഒരിക്കലും അവസാനിക്കുന്നില്ല. അദൃശ്യ കരങ്ങളിൽ പൊന്ന് കുന്നുകൂടുന്നു.

പൊന്നിന്റെ നേരവകാശികളുടെ കുടിലുകളിൽ പുകയാത്ത അടുപ്പുകൾ, വേവുന്ന മനസ്സുകൾ.

പള്ളിക്കൂടം വിട്ടുവന്നാൽ ഉമ്മ കടലവറുത്ത് കുമ്പിളിലാക്കി കൈയിൽത്തരും. സായാഹ്നങ്ങളിൽ തിരക്കേറുന്ന കടൽത്തീരം.

കീശയിൽ നിറയുന്ന നാണയത്തുട്ടുകൾ ഉമ്മയ്ക്ക് ഒരാശ്വാസം.

തീരങ്ങളിൽ കൂണുപോലെ പൊന്തിനില്ക്കുന്ന കുടിലുകളുടെ നീണ്ട നിര. കടലിന്റെ വിദ്വേഷവും സാന്ത്വനവും ഒരുപോലെ ഏറ്റുവാങ്ങുന്ന ജീവിതങ്ങൾ. ഒരു ചാൺ വയറിനുവേണ്ടി വള്ളവും വലയുമായി ആഴക്കടലിലേക്ക് തുഴയുന്ന തീർത്ഥയാത്രകൾ.

കൈവന്നതുംകൊണ്ട് മടങ്ങുന്ന അവശർ. കരയിൽ കാത്തിരിക്കുന്ന വിശക്കുന്ന വയറുകൾ. തലയിൽ തട്ടമിട്ടവർ. കഴുത്തിൽ വെന്തിങ്ങയും കുരിശും തൂക്കിയവർ.

കടലിന്റെ ഓലച്ചുമരിൽ ശീതക്കാറ്റേറ്റ് തൂങ്ങിയാടുന്ന ദേവീദേവന്റെ മുന്നിൽ അന്തിത്തിരിവെച്ച് കൈകൂപ്പുന്നവർ. ഒരു നേരം എല്ലാവരും ഒന്നാണ്.

അടുത്തനിമിഷം അവർ പോർവിളിക്കുന്നു. വാറ്റ് ചാരായത്തിന്റെയും മയക്കുമരുന്നിന്റെയും ലഹരിയിൽ അവർ പരസ്പരം കൊലവിളിക്കുന്നു. കുത്തിമലർത്തുന്നു.

ബാങ്ക് വിളികളും ഓശാനപാടലും ഓടക്കുഴൽ നാദവും പരസ്പരം മനുഷ്യമാംസത്തിന് വിലപേശുന്നു. കടലമ്മയുടെ മാറിൽ രക്തം ചിതറുന്നു. കടലമ്മ തുടച്ചു വൃത്തിയാക്കിയ പഞ്ചാരമണലിൽ കബന്ധങ്ങൾ രക്തക്കളം തീർക്കുന്നു..

ചോരക്കൊതിയന്മാർ കബന്ധങ്ങൾക്കിടയിൽ മതവും ജാതിയും തിരയുന്നു.

ചോരയുടെ മതമെന്ത്? ജാതിയെന്ത്?

കൊള്ളയും കൊള്ളിവയ്പ്പും. കത്തിച്ചാമ്പലാകുന്ന കുടിലുകൾ. കുടിലുകൾക്കുള്ളിൽ വെന്ത് വെണ്ണീറാകുന്ന നിഷ്കളങ്കരായ ദൈവപുത്രൻ!

പുകയുന്ന പ്രതികാരാഗ്നിയിൽ ഇയ്യാംപാറ്റകളാവാൻ വിധിക്കപ്പെട്ടവർ.

അന്ന് എത്ര വേഗത്തിലാണ് എല്ലാം സംഭവിച്ചത്. കണ്ണടച്ച് തുറക്കും മുൻപ്.

വെള്ളമെടുക്കാനാണ് ഉമ്മ രാവിലെ പൈപ്പിൻ ചുവട്ടിൽ എത്തിയത്. പൈപ്പിന് കീഴെ ഒരു ബക്കറ്റ് ഇരിപ്പുണ്ട്. ജലം നിറഞ്ഞു കവിയുന്നു. ഉമ്മ അല്പംകാത്തു. ആരും വന്നില്ല. ബക്കറ്റ് മാറ്റി തന്റെ പാത്രം ഉമ്മ വെച്ചു.

അകലേന്ന് ഒരു വീട്ടമ്മ ആക്രോശിച്ചുകൊണ്ട് വരുന്നതാണ് ഉമ്മ കണ്ടത്. ബക്കറ്റ് മാറ്റാൻ ഉമ്മച്ചിക്ക് എന്തവകാശം?

തർക്കമായി; വഴക്കായി. കുടിലുകൾ ഉണർന്നു. ആണുങ്ങൾ തർക്കം ഏറ്റെടുത്തു. മതവും ജാതിയും തിരിഞ്ഞുള്ള പോർവിളികൾ. മതവൈരം എരിതീക്ക് എണ്ണയാണല്ലോ!

ഇരുട്ടിവെളുക്കുമ്പോൾ കടൽക്കര കബന്ധങ്ങൾക്കൊണ്ട് നിറഞ്ഞു.

സ്ത്രീകളും കുട്ടികളും ചെറുപ്പക്കാരും വൃദ്ധരും. കത്തിക്കരിഞ്ഞ കുടിലുകൾ. അതിനിടയിൽ എവിടെയോ എന്റെ ഉമ്മയും ബാപ്പയും.

മുഹമ്മദ് ദീർഘശ്വാസം വിട്ടു. അന്ന് ആരുടെ കൂടെയോ എത്തിപ്പെട്ടതാണ് ഇവിടെ.

അയാളുടെ കണ്ണുകൾ ഈറനണിഞ്ഞു. പരസ്പരം വെട്ടിക്കൊല്ലാനും വിദ്വേഷം വളർത്താനുമേ മതവും ജാതിയും ഉപകരിച്ചിട്ടുള്ളൂ.

ഒൻപത് വയസ്സുള്ള ഒരു കുട്ടിയുടെ മനസ്സിലുണ്ടായ മുറിവിന്റെ അറിവാണത്.

പിന്നൊന്നും മുഹമ്മദിനോട് പറയണമെന്ന് മാധവന് തോന്നിയില്ല.

ഒരു ശനിയാഴ്ച മുഹമ്മദും ലിസിയും വിവാഹിതരായി. ക്ഷീരോല്പാദക സഹകരണസംഘത്തിനുവേണ്ടി നിർമ്മിച്ച താല്ക്കാലിക ഷെഡ്ഡിലായിരുന്നു വിവാഹം.

ഊരിലെ എല്ലാവരും സാക്ഷികളായി. മാധവൻ എടുത്തുകൊടുത്ത പൂമാല അവർ പരസ്പരം കഴുത്തിലിട്ടു. ആ വേദിയിൽവച്ചു തന്നെ മാധവൻ ഒരു കവർ വധൂവരന്മാരെ ഏല്പിച്ചു.

മുഹമ്മദിന്റെയും ലിസിയുടെയും പേർക്കെഴുതിയ തന്റെ ഭൂമിയുടെ ഒരു ഭാഗത്തിന്റെ ആധാരമായിരുന്നു ആ കവറിൽ.

ഇരുപത്തിനാല്

മല്ലിക ഇപ്പോൾ എഞ്ചിനീയറിങ് പഠിക്കുകയാണ്. കോയമ്പത്തൂരിൽ. ഇടയ്ക്ക് ചില വിവാഹാലോചനകളൊക്കെ വന്നെങ്കിലും അവൾ വഴിപ്പെട്ടില്ല. പഠനം കഴിഞ്ഞ് സ്വന്തമായി ഒരു ജോലി ലഭിച്ചിട്ടുമതി വിവാഹത്തെക്കുറിച്ചാലോചിക്കാൻ എന്നവൾ തുറന്നുപറഞ്ഞു.

ദേവകിക്ക് ഒരപകടത്തിൽ പരിക്കേറ്റ് കാലിനും കൈയ്ക്കും പൊട്ടലുണ്ടായി. കുറച്ചുനാൾ ആശുപത്രിയിൽ കിടക്കേണ്ടി വന്നു. അടുത്തിരിക്കാൻ മറിയയുള്ളത് മാത്രമായിരുന്നു ഒരാശ്വാസം.

ജനപ്രതിനിധിയായതോടെ മാധവന് ഒന്നിനും സമയം തികയുന്നില്ല. സംഘത്തിന്റെ പ്രവർത്തനം ഇപ്പോൾത്തന്നെ അവതാളത്തിലാണ്. നേരാംവണ്ണം കൃഷിയിൽ ശ്രദ്ധിക്കാനും കഴിയുന്നില്ല.

നിലക്കടല, ചോളം, തുമര, വറ്റൽ മുളക് തുടങ്ങിയവയ്ക്ക് കാവലാളായി ഒരാളില്ലെങ്കിൽ ഒന്നും കിട്ടില്ല. പന്നികൾ കൂട്ടത്തോടെ വരുന്നത് നിത്യസംഭവമായിരിക്കുന്നു.

കാലവർഷം ചതിച്ചതുമൂലം നെൽകൃഷിയിലും കാര്യമായ വിളവുണ്ടായില്ല. ആശുപത്രിയിൽനിന്നും വീട്ടിലെത്തിയെങ്കിലും കാലിന്റെ സ്വാധീനം വീണ്ടെടുക്കാൻ ദേവകിക്ക് ഇനിയും സമയം വേണം. മാധവനെ സംബന്ധിച്ചിടത്തോളം ദേവകിയുടെ ഇപ്പോഴത്തെ അവസ്ഥ വളരെയേറെ പ്രയാസമുണ്ടാക്കി. കുറേക്കാലമായി എല്ലാം വേണ്ടവണ്ണം നോക്കുന്നത് ദേവകിയായിരുന്നു. അയാൾ വല്ലപ്പോഴും അവളെ സഹായിച്ചെങ്കിലായി.

പകുതിയോളം ഭൂമി ഇപ്പോഴും കാടുപിടിച്ച് കിടപ്പാണ്. പഴയതുപോലെ ജോലിചെയ്യാൻ സമയവും മനസ്സും മാധവനെ അനുവദിക്കുന്നില്ല. പണ്ട് അങ്ങനെയായിരുന്നില്ല. കണ്ണ് കീറുമ്പോൾ മലയിറങ്ങിയാൽ അന്തിയായേ കയറൂ. ഭവാനിപ്പുഴയുടെ മാറിൽ അല്പനേരം കിടന്നാൽ ബാക്കിയായ ക്ഷീണവും മാറും.

ചില നേരങ്ങളിൽ മാധവൻ ആലോചിക്കും. ഒരു മനുഷ്യന് ചെയ്യാവുന്നതിനപ്പുറം താൻ ചെയ്യുന്നുണ്ട്. ഈ മണ്ണാണ് ഒരു ജീവിതം തന്നത്. ഒരുതരി മണ്ണില്ലാത്തതിന്റെ ദുഃഖം അനുഭവിച്ചറിഞ്ഞവനാണ് താൻ.

നാളെ എന്തും വരട്ടെ. കൈവന്ന മണ്ണ് ഉപേക്ഷിക്കില്ല. അദ്ധ്വാനിക്കും. ഈ മണ്ണിന്റെ ഉപ്പ് തന്റെ വിയർപ്പാണ്. മണ്ണ് ദൈവമാണ്. അമ്മയാണ്. മണ്ണിനെ സ്നേഹിക്കുന്നവർക്ക് ജീവിതത്തെ ഭയപ്പെടേണ്ടതില്ല.

മണ്ണ് അന്നമാണ്. ജീവനാണ്. മണ്ണിനെ മറക്കുന്നവർ അമ്മയെ മറക്കുന്നു. സ്രഷ്ടാവിനെ മറക്കുന്നു. ആലോചിച്ചാലോചിച്ച് മാധവൻ ഉറങ്ങിപ്പോയി. ആരുടെയോ ഒച്ചയാണ് മാധവനെ ഉണർത്തിയത്. നല്ല ഇരുട്ട്. സമയം എന്തായി? ആരാണ് ഈ നേരത്ത്? ദേവകി നല്ല ഉറക്കത്തിലാണെന്ന് തോന്നുന്നു. കൂർക്കംവലി കേൾക്കാം. എപ്പോഴാണ് ഉറങ്ങിയത്. നേരം വെളുത്തോ?

മാധവൻ എഴുന്നേറ്റ് പുറത്തേക്ക് വന്നു. മുഹമ്മദും ലിസിയും. അവർ ആകെ സംഭ്രമിച്ച മട്ട്.

"എന്താ മുഹമ്മദ്... എന്തുണ്ടായി? ഈ നേരത്ത്.."

മാധവന് ജിജ്ഞാസ അടക്കാനാവുന്നില്ല.

കുട്ടികൾ പോയിക്കഴിഞ്ഞാലും മുഹമ്മദ് കുറേനേരംകൂടി ഇൻസ്റ്റിറ്റ്യൂട്ടിൽ ഇരിക്കുക പതിവാണ്. പുറത്ത് ഇരുള് വീണിരുന്നു. മഞ്ഞിൻപാട കാടിനെ ആവരണം ചെയ്യുന്നു. വഴിവിളക്കുകൾ കണ്ണുചിമ്മി. വോൾട്ടേജ് ക്ഷാമം രൂക്ഷമാണ്. മുക്കാലിയിൽ ചായക്കട നടത്തുന്ന കുമാരേട്ടൻ കിതച്ചുകൊണ്ടാണ് ഓടിവന്നത്.

മുക്കാലിയിൽനിന്ന് വീട്ടിലേക്കുള്ള വഴിയിൽ, താഴ്ചയിൽ, ഒറ്റയടിപ്പാതയിൽനിന്ന് അധികം ദൂരത്തല്ലാതെ മല്ലിക വിവസ്ത്രയായി രക്തത്തിൽക്കുളിച്ച്–

കുമാരേട്ടന്റെ ചായക്കടയുടെ മുന്നിലാണ് ബസ്സ്റ്റോപ്പ്. അന്ന് അവസാന ബസ് വരാൻ വൈകി. പകലേ വരേണ്ടതാണ്. എന്തോ തകരാറ് വഴിയിൽ സംഭവിച്ചു. മല്ലിക ബസിറങ്ങി നടന്നുപോകുന്നത് കുമാരേട്ടൻ കണ്ടിരുന്നു.

കാടിനെ ഇരുൾ മൂടുന്നുണ്ടായിരുന്നു.

"കഷ്ടം..! കഷ്ടം...! കാമവെറിയന്മാർ... പേ പിടിച്ച ലോകം.."

കുമാരേട്ടൻ ദേഷ്യവും സങ്കടവും സഹിക്കാനാവാതെ ഇറങ്ങിനടന്നു.

"പൊലീസെത്തിയിട്ടുണ്ട്..." പോകുന്നപോക്കിൽ കുമാരേട്ടൻ ഓർമ്മിപ്പിച്ചു.

മുഹമ്മദിന് ഒന്നേ നോക്കാനായുള്ളൂ. ലിസി അയാളുടെ ചുമലിൽ മുഖംതാങ്ങി വാവിട്ട് നിലവിളിച്ചു.

കശക്കിയെടുത്ത ഒരു റോസാദളംപോലെ മല്ലികയുടെ ക്ഷതമേറ്റ മുഖം. വളരെയകലെയല്ലാതെ എല്ലാത്തിനും മൂകസാക്ഷിയായി ലതർബാഗ്.

ഇതൊക്കെ എങ്ങനെയാണ് മാധവേട്ടനോട് പറയുക. മുഹമ്മദും ലിസിയും നിന്നുവിയർത്തു.

ഒടുവിൽ ക്ഷതമേറ്റ വാക്കുകൾ ഒരുവിധം മുഹമ്മദിന്റെ നാവിൽ നിന്നും പുറത്തുവീണു.

"നമ്മുടെ മല്ലിക.."

വാക്കുകൾ നാവിൽ കുരുങ്ങുന്നു.

"മല്ലിക..?"

"മകൾ നാളെ വരുമെന്നായിരുന്നല്ലോ കത്തിൽ."

ഉദ്വേഗത്തോടെ മാധവൻ മുഹമ്മദിന്റെ മുഖത്ത് കണ്ണുനട്ടു.

"നമ്മുടെ മല്ലിക വഴിയരികിൽ.."

മുഹമ്മദ് പറഞ്ഞതൊന്നും കേൾക്കാൻ മാധവന് ത്രാണിയുണ്ടായില്ല.

ഇടിവെട്ടേറ്റവനെപ്പോലെ അയാൾ നിലംപൊത്തി. വാർത്ത കാട്ടുതീയായിപ്പടർന്നു.

"മാധവന്റെ മകളെ ആരോ ബലാത്സംഗം ചെയ്തു...."

മാധവനെ ഹോസ്പിറ്റലിലേക്ക് കൊണ്ടുപോയി. ഒരിടത്ത് മല്ലികയുടെ ജഡം പോസ്റ്റുമോർട്ടം ചെയ്യുമ്പോൾ മറ്റൊരിടത്ത് മാധവന്റെ ജീവൻ രക്ഷിക്കാനുള്ള ഡോക്ടർമാരുടെ എല്ലാ ശ്രമങ്ങളും പരാജയപ്പെടുകയായിരുന്നു.

ആകാശം മൂടിക്കെട്ടിക്കിടക്കുന്നു. പ്രകൃതി മൗനത്തിലാണ്ടു. ആകാശച്ചെരുവിൽ മിന്നിക്കത്തിയ ഒറ്റനക്ഷത്രവും കെട്ടു. മണ്ണിന്റെ പ്രിയപുത്രനെയും മകളെയും ഭൂമിദേവി നെഞ്ചിലേറ്റി.

എല്ലാ മുറിവുകളും ഹൃദയത്തിൽപ്പേറി ദേവകി....

സൂര്യൻ വീണ്ടും ഉദിച്ചു.

ഭവാനിപ്പുഴ കിഴക്കോട്ടുതന്നെ ഒഴുകിക്കൊണ്ടിരുന്നു.

www.ingramcontent.com/pod-product-compliance
Lightning Source LLC
LaVergne TN
LVHW040832051026
849519LV00007BB/2831